The Best V[illegible]r
for the Japanese-Language Proficiency Test N5

林富美子
Fumiko Hayashi

JLPT N5

ミニストーリーで覚える

日本語能力試験 ベスト単語 合格1000

Learn using mini stories to make your studying more fun and efficient!

ミニストーリーで覚える
JLPT日本語能力試験ベスト単語N5合格1000
The Best Vocabulary Builder for the Japanese-Language Proficiency Test N5

2023年12月5日　初版発行

著　者：林富美子
発行者：伊藤秀樹
発行所：株式会社 ジャパンタイムズ出版
〒102-0082　東京都千代田区一番町2-2　一番町第二TGビル2F
電話（050）3646-9500（出版営業部）
ISBN978-4-7890-1810-4

First edition: December 2023

Narrators: Shogo Nakamura, Marin and Mai Kanade
Recordings: Studio Glad Co., Ltd.
Translations: Amitt Co., Ltd. (English) / Yu Nagira (Chinese) / Nguyen Do An Nhien (Vietnamese)
Illustrations: Yuko Ikari, Shichi
Layout design and typesetting: guild
Cover design: Shohei Oguchi + Tsukasa Goto (tobufune)
Printing: Koho Co., Ltd.

Published by The Japan Times Publishing, Ltd.
2F Ichibancho Daini TG Bldg., 2-2 Ichibancho, Chiyoda-ku, Tokyo 102-0082, Japan
Phone: 050-3646-9500
Website: https://jtpublishing.co.jp

ISBN978-4-7890-1810-4

Printed in Japan

この本を使う方へ

ほん　つか　かた

For Users of This Book

致使用此书的各位读者

Gửi các bạn sử dụng quyển sách này

本書について

この本は、日本語能力試験 N5 レベルの単語を学習するためのものです。初級前半レベルの単語を覚えたい方、会話を聞いたり読んだりしながら単語を学びたい方を想定して作りました。

本書では、本編とコラムを合わせて約 1,000 の単語を扱います。初級教科書や公式問題集を参考に語彙リストを作成し、日常生活でよく使う語も追加しました。

本書全体は場所を表す 24 のトピックに分かれています。日本のそこかしこで人々が身近な人と交わす会話、その「小さなストーリー」の中で単語を学べるようになっています。

トピックは、表現が易しいのものから難しいものへと緩やかに並んでいますので、N5 の勉強に入ったばかりの人は最初のトピックから始めるといいでしょう。付属の赤シートを使うと、単語や漢字表記を隠すことができます。音声はアプリなどで聞けます。ぜひ、シャドーイングやリピートをして発音練習してください。

本書が、基本的な単語を習得し、語を使う力を伸ばしたいと願う皆さまのお役に立てば幸いです

2023 年 12 月　著者

About This Book

This book is intended to help users learn vocabulary appearing at level N5 of the Japanese Language Proficiency Test (JLPT). It is particularly designed for those who wish to study early beginning vocabulary, and those who prefer to master vocabulary through the processes of listening to conversations and reading text.

This book presents 1,000 vocabulary terms in the body text and side columns. These include lists of words selected with reference to elementary textbooks and official exercise books, as well as commonly used words drawn from everyday life.

The material is divided into 24 place-related topics. Words are studied in the context of snapshots of life in Japan—in the form of snippets of conversations between family members, friends, and acquaintances that take place in various settings.

The target expressions gently progress in difficulty with each subsequent topic, so those who are new to level N5 should start from the first topic and work their way up. The accompanying red plastic sheet can be used to hide the vocabulary terms and kanji during study. The audio material can be listened to using an appropriate audio app. Please use it to practice pronunciation through shadowing or repeating.

We hope that this resource will be of good use to all Japanese language learners who wish to master basic words and build their vocabulary power.

关于此书

这本书主要为学习日本语能力测试 N5 等级的单词而生。内容以想要学习初级前半等级的人，又或者想要边听会话边记单词的人而制定。

此书的本篇和专栏加起来，总共包含了 1,000 个单词。我们参考初级课本及官方例题集，编纂单词目录后，又添加了日常生活中的常见单词。

此书被分为 24 个主题场景。以日本人的视角参考日本人和身边的人们交流的对话，从而通过各种「小故事」来进行单词学习。

主题表现也是按部就班，循序渐进。能够让刚学习 N5 的人也能够从第一个主题开始，由浅入深的学习。还可以使用随附的红塑料片来帮助您背单词和汉字。使用 APP 后，也能够听到音声。您可以重复使用 APP 进行「影子跟读法」练习发音。

希望此书能够助您一臂之力，不仅可以学习到基本单词，并提升，丰富词汇能力。

Giới thiệu về quyển sách này

Quyển sách này dùng để học từ vựng cấp độ N5 Kỳ thi Năng lực tiếng Nhật. Chúng tôi đã biên soạn với ý định dành cho các bạn muốn ghi nhớ từ vựng ở giai đoạn đầu của trình độ sơ cấp, và các bạn muốn vừa nghe, đọc hội thoại vừa ghi nhớ từ vựng.

Quyển sách này có 1.000 từ vựng ở cả phần nội dung chính và mục ghi nhớ. Chúng tôi đã tham khảo sách giáo khoa sơ cấp, tập đề thi JLPT chính thức để soạn thảo danh sách từ vựng, bổ sung cả những từ thường dùng trong đời sống hằng ngày.

Toàn bộ sách được chia thành 24 chủ đề thể hiện các nơi chốn. Từ đó các bạn có thể học từ vựng thông qua những đoạn hội thoại trao đổi với những người xung quanh ở khắp Nhật Bản, thông qua những "câu chuyện nhỏ" đó.

Các chủ đề được sắp xếp nhẹ nhàng với các cách diễn đạt từ dễ đến khó nên người mới bắt đầu học N5 có thể bắt đầu học từ chủ đề đầu tiên. Bạn cũng có thể sử dụng tấm bìa đỏ kèm theo sách để che các từ vựng và cách ghi Kanji. Phần âm thanh thì bạn có thể nghe qua ứng dụng v.v. Các bạn nhất định hãy luyện tập phát âm bằng cách bắt chước hoặc lặp lại nhé.

Chúng tôi rất mong quyển sách này sẽ có ích cho các bạn muốn học các từ vựng cơ bản và phát triển năng lực sử dụng từ ngữ tiếng Nhật.

この本の使い方①
ほん　つか　かた

How to Use This Book / 此书的使用方法 / Cách sử dụng quyển sách này

単語番号（たんごばんごう） Vocabulary number / 单词号码 / Số thứ tự của từ vựng

トラック番号（ばんごう） Track number / 音档号码 / Số track tệp âm thanh

332

A：ゆうびんばんごうは　わかりますか。

B：いえ、わかりません。

ゆうびんばんごう

N postal code (zip code) / 邮政编码 / mã số bưu điện, mã bưu chính

930 ＋ばんごう

N number / 号码 / số

931 わかる

V1-I know / 知道 / hiểu, biết

A: Do you know the postal code? B: No, I don't know it. / A: 你知道邮政编码吗？ B: 不，不知道。 / A: Bạn có biết mã số bưu điện không? B: Không, tôi không biết.

＋ 一緒に覚えてほしい単語（いっしょ　おぼ　たんご） additional words you should learn / 希望一起学习的单词 / từ nên nhớ cùng với nhau

品詞（ひんし）
Parts of speech / 品词 / Từ loại

N	名詞（めいし）	noun / 名词 / danh từ
イ	イ形容詞（けいようし）	*i*-adjective / イ形容词 / tính từ loại I
ナ	ナ形容詞（けいようし）	*na*-adjective / ナ形容词 / tính từ loại Na
V	動詞（どうし）	verb / 动词 / động từ
V2-T	グループ２の他動詞（たどうし）	group 2 transitive verbs / 群组2的他动词 / tha động từ nhóm 2
V1-I	グループ１の自動詞（じどうし）	group 1 intransitive verbs / 群组1的自动词 / tự động từ nhóm 1
Adv.	副詞（ふくし）	adverb / 副词 / phó từ
Intj.	感動詞（かんどうし）	interjection / 感叹词 / từ cảm thán
Conj.	接続詞（せつぞくし）	conjunction / 接续词 / từ nối
Adnom.	連体詞（れんたいし）	adnominal adjective / 连体词 / liên thể từ
Suf.	接尾語（せつびご）	suffix / 接尾词 / tiếp vị ngữ
Phr.	句（く）	phrase / 句子 / câu, cụm từ

＊本書（ほんしょ）では、本文（ほんぶん）の単語（たんご）と「覚（おぼ）えよう」の単語（たんご）を合（あ）わせて約（やく）1000語（ご）を掲載（けいさい）しています。
This book features main vocabulary and Memorize These Words, for a total of 1,000 vocabulary words. / 此书的本篇内文和「要记住」中，共记载了1000个单词。 / Tổng số từ vựng trong nội dung chính và từ vựng trong "Hãy ghi nhớ" của quyển sách này khoảng 1.000 từ.

この本の使い方②

How to Use This Book / 此书的使用方法 / Cách sử dụng quyển sách này

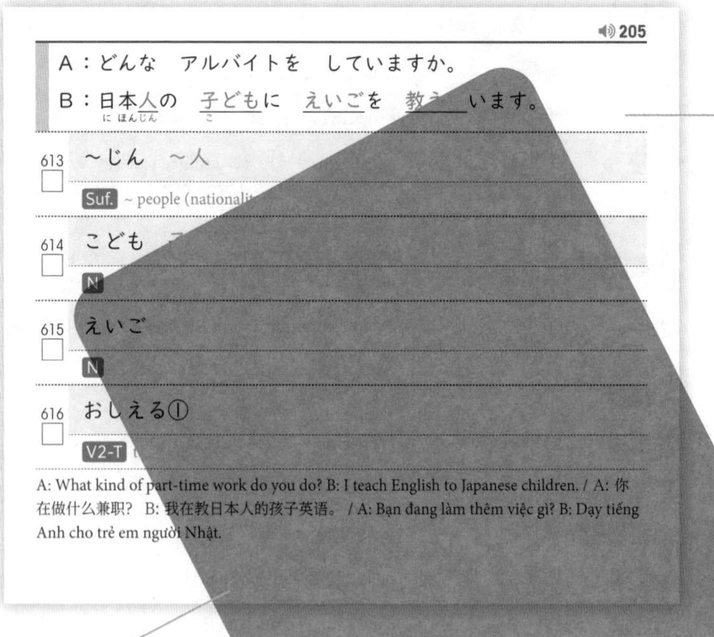

付属の赤シートを使えば、ページ内の赤字が隠れます。

You can hide red text by covering it with the accompanying red plastic sheet. / 使用附带的红塑料片可以隐藏课文里的红字。 / Nếu sử dụng tấm bìa màu đỏ kèm theo, có thể che các chữ đỏ trong trang sách.

まず、付属の音声を本を見ないで聞いてみましょう。その後、会話と単語を本で見て確認してください。音声と一緒に発音するのもおすすめです（シャドーイング）。

The first time that you listen to the audio material, try not looking at the text in the book. After listening, go over the corresponding conversations and words in the book. Another recommended form of practice is shadowing, where you try to simultaneously echo the recording as you listen. / 使用本书附带音档（需要下载）时，请务必先练习不看课文听讲。听完音档后再看课文里的对话和单词。也推荐您可以复读音档来学习发音（影子跟读法）。/ Trước tiên, hãy thử nghe tệp âm thanh kèm theo mà không nhìn sách. Sau đó, hãy xem sách để kiểm tra các đoạn hội thoại và từ vựng. Chúng tôi cũng khuyến khích các bạn phát âm cùng với tệp âm thanh (bắt chước (shadowing)).

ページを開いたら、単語の部分だけを赤シートで隠してみてください。会話を読んで、意味が不確かな単語があれば、赤シートを外して単語の意味を確認しましょう。

After opening a page, use the red plastic sheet to hide just the vocabulary section, and then read the conversation. If you encounter an unfamiliar word, remove the red sheet and check the word's meaning. / 打开课本后，您可以用红塑料片来遮挡课文。读后有不懂的地方，再移开红塑料片来确认意思。 / Hãy thử che phần từ vựng bằng tấm bìa đỏ sau khi mở sách. Đọc hội thoại, nếu có từ không rõ nghĩa, hãy bỏ tấm bìa đỏ ra để kiểm tra ý nghĩa của từ vựng.

会話と単語を全て赤シートで隠すと、単語の漢字が一切見えなくなって、漢字の手がかりをなくすことができます。平仮名の単語を見て、会話に入れて声に出して読んでみましょう。単語の意味と形を考えて入れてください。

By covering both the conversation and the vocabulary section with the red sheet, you can also hide the kanji used in each vocabulary word, and thus will not be able to use the kanji as clues. In this case, you look at the words in hiragana and insert them in the conversation as you practice reading it aloud. To figure out where to insert the words, think about their meaning and form. / 用红塑料片把对话和单词都遮挡住后，单词的汉字会完全看不见，能够让您无法猜测汉字。您可以看平假名的单词然后进人到对话中，发声读出来。再理解单词的意思和形状填人。 / Khi che tất cả hội thoại và từ vựng bằng tấm bìa đỏ, các bạn sẽ hoàn toàn không thấy được chữ Kanji trong từ vựng nên có thể làm mất manh mối của chữ Kanji. Hãy thử nhìn từ vựng chữ Hiragana, đưa vào phần hội thoại để đọc thành tiếng. Hãy suy nghĩ ý nghĩa và hình thức của từ để đưa vào.

もくじ

Contents / 目录 / Mục lục

音声ダウンロード方法

How to Download the Audio Files / 有声下载方法 / Cách tải tệp âm thanh

本書の音声は、以下３つの方法でダウンロード／再生することができます。すべて無料です。

The audio files for this book can be downloaded/listened to free of charge in the following three ways.
此书的有声音档可以使用以下3种方法下载/播放。完全免费。
Bạn có thể tải / mở tệp âm thanh của quyển sách này bằng 3 cách sau. Tất cả đều miễn phí.

①アプリ「OTO Navi」でダウンロード

Download them on the OTO Navi app / 下载「OTO Navi」APP / Tải bằng ứng dụng "OTO Navi"

右のコードを読み取って、ジャパンタイムズ出版の「OTO Navi」をスマートフォンやタブレットにインストールし、音声をダウンロードしてください。

Scan the QR code to the right to download and install the Japan Times Publishing's OTO Navi app to your smartphone or tablet. Then, use that to download the audio files. / 使用手机或平板扫描右方二维码，就能够安装The Japan Times出版的「OTO Navi」APP，下载有声音档。 / Vui lòng đọc mã QR bên phải, cài đặt "OTO Navi" của NXB Japan Times vào điện thoại thông minh hoặc máy tính bảng để tải tệp âm thanh.

②ジャパンタイムズ出版のウェブサイトからダウンロード

Download them from the Japan Times Bookclub / 在The Japan Times出版的官方网站下载 / Tải từ trang chủ của NXB Japan Times

パソコンで以下の URL にアクセスして、mp3 ファイルをダウンロードしてください。

Access the site below using your computer and download the mp3 files. / 使用电脑访问以下链接，下载MP3档。 / Vui lòng truy cập vào đường dẫn URL sau bằng máy tính để tải tệp mp3 xuống.

https://bookclub.japantimes.co.jp/jp/book/b636018.html

③ YouTube で再生

Play them on YouTube / 使用YouTube播放 / Mở bằng YouTube

YouTube にアクセスして、「ジャパンタイムズ出版　ベスト単語　N5」で検索してください。

Search for "ジャパンタイムズ出版　ベスト単語　N5" on YouTube. / 直接访问YouTube网站，搜寻「ジャパンタイムズ出版　ベスト単語　N5」。 / Vui lòng truy cập vào YouTube rồi tìm kiếm bằng "ジャパンタイムズ出版　ベスト単語　N5".

Topic 1

あいさつ 1

Greetings 1 / 问候1 / Chào hỏi 1

No. 1-13

🔊1

A：はじめまして。アンです。

B：あ、けんとです。はじめまして。

1 □ はじめまして

Phr. nice to meet you (meeting for the first time) / 初次见面 / xin chào (dành cho lần đầu gặp mặt)

A: Nice to meet you. I'm Anne. B: Oh, I'm Kento. Nice to meet you, too. / A: 初次见面，我是Anne。 B: 啊，我是Kento。初次见面。 / A: Xin chào. Mình là An. B: À, tớ là Kento. Xin chào.

🔊2

A：よろしく　おねがいします。

B：こちらこそ、どうぞ　よろしく　おねがいします。

2 □ よろしく　おねがいします

Phr. glad to meet you / 请多关照 / Rất vui được gặp bạn

3 □ こちらこそ

Phr. same here / 哪里哪里（我才～） / Tôi, Mình cũng vậy

A: Glad to meet you. B: Oh, same here. Glad to meet you. / A: 请多关照。 B: 哪里哪里，请你多关照。 / A: Rất vui được gặp bạn. B: Tớ cũng vậy. Rất vui được gặp bạn.

🔊3

A：おはようございます。

B：アンさん。おはようございます。

4 □ おはようございます

Intj. good morning / 早上好 / Xin chào, chào (buổi sáng)

5 □ ～さん

Suf. ~san (honorific title) / ～小姐, 先生 / anh, chị, bạn, cô, chú, bác, ông, bà ~

A: Good morning. B: Anne-san . Good morning. / A: 早上好。 B: Anne小姐早上好。 / A: Chào buổi sáng. B: Bạn An à, chào bạn.

4

A：こんにちは。

B：こんにちは。

6 こんにちは

Intj. hello / 午安（在白天问候时也可以用于你好） / Xin chào, chào (buổi trưa)

A: Hello. B: Hello. / A: 你好。 B: 你好。 / A: Chào bạn. B: Chào bạn.

5

A：こんばんは。

B：こんばんは。

7 こんばんは

Intj. good evening / 晚上好 / Xin chào, chào (buổi tối)

A: Good evening. B: Good evening. / A: 晚上好。 B: 晚上好。 / A: Em chào cô. B: Chào em.

6

A：じゃ、また。

B：また 明日（あした）。

8 じゃ、また

Phr. see you / 那，再见了 / Vậy hẹn gặp lại

9 また あした また 明日

Phr. see you tomorrow / 明天见 / Gặp lại vào ngày mai nhé

A: See you. B: See you tomorrow. / A: 那再见了。 B: 明天见。 / A: Vậy hẹn gặp lại. B: Gặp lại vào ngày mai nhé.

7

A：じゃ、また。

B：はい。おやすみなさい。

10 はい

Intj. yeah, yes / 好的 / vâng, dạ, ừ

11 おやすみなさい

Phr. good night / 晚安 / Chúc ngủ ngon

A: See you. B: Yeah. Good night. / A: 那，再见了。 B: 好的。晚安。 / A: Hẹn gặp lại. B: Ừ, ngủ ngon nhé.

8

A：しつれいします。

B：さようなら。

12 しつれいします①

Phr. I'm heading home / 告辞了 / Tôi xin phép (làm việc gì đó trước ai)

13 さようなら

Intj. goodbye / 再见 / Tạm biệt

A: I'm heading home. B: Goodbye. / A: 告辞了。 B: 再见。 / A: Mình về trước nhé. B: Tạm biệt.

Topic 2

あいさつ 2

Greetings 2 / 问候2 / Chào hỏi 2

No. 14-26

9

A：どうぞ。

B：あ、すみません。

14 どうぞ①

Adv. go ahead, please / 请 / xin mời, mời

15 すみません①

Phr. thank you, sorry / 不好意思 / xin lỗi, cảm ơn

A: Go ahead. B: Oh, thank you. / A: 请。 B: 啊，不好意思。 / A: Mời bạn. B: A, cảm ơn nhé.

10

A：あっ、すみません！

B：いいえ。

16 いいえ

Intj. no problem, no / 没事 / không, không sao

A: Oh! My apologies. B: No problem. / A: 啊，不好意思。 B: 没事。 / A: Á, xin lỗi nhé! B: Không sao.

11

A：ありがとうございます。

B：いいえ。どういたしまして。

17 ありがとうございます

Phr. thank you / 谢谢 / Xin cảm ơn

18 □ **どういたしまして**

Phr. you're welcome / 不客气 / Không có chi

A: Thank you. B: No problem. You're welcome. / A: 谢谢 B: 不客气 / A: Em cảm ơn ạ. B: Không, không có chi.

🔊12

A：どうぞ。

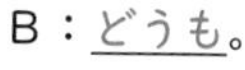
B：どうも。

19 □ **どうも**

Adv. thanks / 谢谢 / cảm ơn

A: Here you go. B: Thanks. / A: 请。 B: 谢谢。 / A: Mời cậu. B: Cảm ơn.

🔊13

A：ごめんなさい。

B：あ、いえ。

20 □ **ごめんなさい**

Phr. excuse me, I'm sorry / 对不起 / xin lỗi (cách nói thân mật)

21 □ **いえ①**

Intj. no problem, no / 不会 / không, không sao

A: Excuse me. B: Oh, no problem. / A: 对不起。 B: 啊，不会。 / A: Em xin lỗi. B: À, không sao.

14

A：しつれいします。

B：どうぞ。

22 しつれいします②

Phr. may I come in / 打扰了 / xin phép (vào phòng ai đó), xin thất lễ

23 どうぞ②

Adv. go ahead, please do / 请进 / xin mời

A: May I come in? B: Yes, please do. / A: 打扰了。 B: 请进 / A: Em vào được không ạ? B: Em vào đi.

15

A：もしもし。

B：あ、アンさん。

24 もしもし

Intj. hello (on the phone) / 喂～ / a lô

A: Hello. B: Oh, hello Anne. / A: 喂～。 B: 啊，Anne小姐。 / A: A lô, a lô. B: A, An hả.

16

A：おひさしぶりです。

B：あ、アンさん。おげんきですか。

25 おひさしぶりです

Phr. it's been a while / 好久不见 / Lâu ngày không gặp

26 (お)げんきですか

Phr. how are you? / 你过得好吗？ / Anh, chị, bạn có khỏe không?

A: It's been a while. B: Hey, Anne. How are you? / A: 好久不见。 B: 啊，Anne小姐，你过得好吗？ / A: Lâu ngày không gặp. B: À, An hả. Khỏe không?

Topic 3

カフェ

At The Café / 咖啡店 / Tiệm cà phê

No. 27-39

17

A：いらっしゃいませ。

B：どうも。

27 いらっしゃいませ

Phr. welcome / 欢迎光临 / Chào mừng, Xin chào quý khách

A: Welcome. B: Thanks. / A: 欢迎光临。 B: 你好。 / A: Xin chào quý khách. B: Cảm ơn.

18

A：すみません。

B：はい。

28 すみません②

Phr. excuse me / 不好意思 / xin lỗi

A: Excuse me. B: Yes. / A: 不好意思。 B: 是。 / A: Xin lỗi. B: Vâng.

19

A：コーヒー、ください。

B：コーヒーですね。

29 コーヒー

N coffee / 咖啡 / cà phê

30 ください

Phr. please / 请给我 / cho tôi, hãy ~

A: Coffee, please. B: Coffee. Certainly. / A: 请给我咖啡。 B: 咖啡。好的。 / A: Cho tôi cà phê. B: Cà phê ạ.

20

A：いちごのケーキです。

B：わあ。

31 いちご

N strawberry / 草莓 / dâu tây

32 ケーキ

N cake / 蛋糕 / bánh kem

33 わあ

Intj. wow / 哇～ / ôi, wow (tiếng cảm thán)

A: This is strawberry cake. B: Wow! / A: 这是草莓蛋糕。 B: 哇～ / A: Đây là bánh kem dâu tây. B: Wow!

21

A：カレーライスです。どうぞ。

B：いただきます。

34 カレー(ライス)

N curry (rice) / 咖喱(饭) / (cơm) cà ri

35 いただきます

Phr. thank you (before eating) / 我要开动了 / em, tôi xin (nói trước khi ăn, uống)

A: Here is your curry rice. Enjoy. B: Thank you. / A: 这是咖喱饭。请慢用。 B: 我要开动了。 / A: Đây là cơm cà ri. Xin mời. B: Em xin.

22

A：あのー、水(みず)を　ください。

B：はい、どうぞ。

36 あのー

Intj. um … / 那个～ / anh, chị ơi, xin lỗi

37 みず　水

N water / 水 / nước, nước uống

A: Um … Water, please. B: Here you go. / A: 那个～请给我水。 B: 好的，请用。 / A: Xin lỗi, cho em xin ly nước. B: Đây, xin mời.

23

A：ごちそうさまでした。

B：ありがとうございました。

38 ごちそうさまでした

Phr. thanks for the meal / 多谢款待 / Cảm ơn (sau bữa ăn)

39 ありがとうございました

Phr. thank you / 谢谢 / Xin cảm ơn

A: Thanks for the meal. B: Thank you. / A: 多谢款待。 B: 谢谢。 / A: Cảm ơn chị, bữa ăn ngon quá ạ. B: Cảm ơn em.

Topic 4

時間

じ　かん

Time / 时间 / Thời gian

No. 40-85

覚(おぼ)えよう！ Memorize These Words / 要记住 / Hãy ghi nhớ

24

No.			
40	1	一	いち
41	2	二	に
42	3	三	さん
43	4	四	よん／し
44	5	五	ご
45	6	六	ろく
46	7	七	なな／しち
47	8	八	はち
48	9	九	きゅう／く
49	10	十	じゅう
50	11	十一	じゅういち
51	12	十二	じゅうに

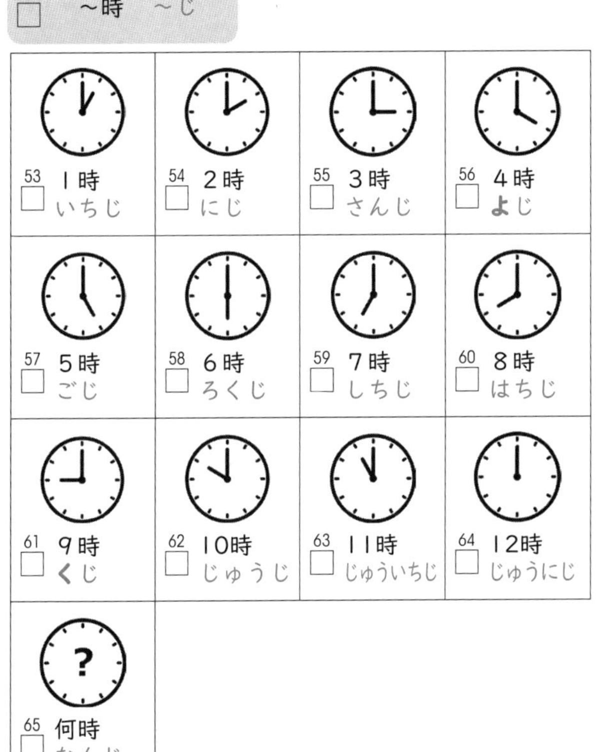
52 ～時　～じ
53 1時 いちじ
54 2時 にじ
55 3時 さんじ
56 4時 よじ
57 5時 ごじ
58 6時 ろくじ
59 7時 しちじ
60 8時 はちじ
61 9時 くじ
62 10時 じゅうじ
63 11時 じゅういちじ
64 12時 じゅうにじ
?
65 何時 なんじ

🔊26

66 ☐ ～分　～ふん

➡ p.240

No.			
67	00:05	5分	ごふん
68		10分	**じゅっぷん**
69		15分	じゅうごふん
70		20分	に**じゅっぷん**
71		25分	にじゅうごふん
72	00:30	30分	さん**じゅっぷん**
73		～半	～はん
74		35分	さんじゅうごふん
75		40分	よん**じゅっぷん**
76		45分	よんじゅうごふん
77		50分	ご**じゅっぷん**
78		55分	ごじゅうごふん
79	00:??	何分	なん**ぷん**／なんふん

A：今(いま)、何時(なんじ)ですか。
B：1時(いちじ)　5分(ごふん)です。

80 いま　今

N now / 现在 / bây giờ

なんじ　何時

N what time / 几点 / mấy giờ

～じ　～時

Suf. ~ hour, ~ o'clock / ～点 / ~ giờ

～ふん　～分

Suf. ~ minutes / ～分 / ~ phút

A: What time is it right now? B: It's 1:05. / A: 现在几点?　B: 1点5分。 / A: Bây giờ là mấy giờ? B: 1 giờ 5 phút.

A：今(いま)、何時(なんじ)　何分(なんぷん)ですか。
B：4時(よじ)　半(はん)です。

なんぷん／なんふん　何分

N how many minutes / 几分 / mấy phút

～はん　～半

Suf. half past / ～半 / ~ rưỡi

A: How many minutes past the hour is it now? B: It's half past four. / A: 现在几点几分?　B: 4点半。 / A: Bây giờ là mấy giờ mấy phút? B: 4 giờ rưỡi.

29

A：アメリカは、今（いま）、何時（なんじ）ですか。

B：午前（ごぜん）　6時（ろくじ）ごろです。

81 アメリカ

N the USA / 美国 / Mỹ

82 ごぜん　午前

N morning, A.M. / 上午 / buổi sáng

83 ～ごろ

Suf. around ~ / 左右 / khoảng ~

A: What time is it now in the USA? B: It's around six in the morning. / A: 现在美国几点？ B: 上午6点左右。 / A: Bây giờ bên Mỹ là mấy giờ nhỉ? B: Khoảng 6 giờ sáng.

30

A：じゅぎょうは、何時（なんじ）からですか。

B：午後（ごご）　3時（さんじ）　10分（じゅっぷん）からです。

84 じゅぎょう

N class / 课 / giờ học, tiết học

85 ごご　午後

N afternoon, P.M. / 下午 / buổi chiều

A: What time is class? B: It starts at 3:10 P.M. / A: 几点上课？ B: 下午3点10分开始。 / A: Giờ học từ mấy giờ ạ? B: Từ 3 giờ 10 phút chiều.

Topic 5

値段

ね　だん

Prices / 价钱 / Giá cả

No. 86-137

覚えよう！ Memorize These Words / 要记住 / Hãy ghi nhớ

おぼ

31

86 □ 0 ゼロ／れい

87 □ 13 十三 じゅうさん

88 □ 14 十四 じゅうよん／じゅうし

89 □ 15 十五 じゅうご

90 □ 16 十六 じゅうろく

91 □ 17 十七 じゅうなな／じゅうしち

92 □ 18 十八 じゅうはち

93 □ 19 十九 じゅうきゅう／じゅうく

94 □ 20 二十 にじゅう

95 □ 30 三十 さんじゅう

96 □ 40 四十 よんじゅう

97 □ 50 五十 ごじゅう

98 □ 60 六十 ろくじゅう

99 □ 70 七十 ななじゅう

100 □ 80 八十 はちじゅう

101 □ 90 九十 きゅうじゅう

102 □ 100 百 ひゃく

103 □ 200 二百 にひゃく

104 □ 300 三百 さん**びゃく**

105 □ 400 四百 よんひゃく

106 □ 500 五百 ごひゃく

107 □ 600 六百 **ろっぴゃく**

108 □ 700 七百 ななひゃく

109 □ 800 八百 **はっぴゃく**

110 □ 900 九百 きゅうひゃく

32

111 ☐	1,000	千	せん
112 ☐	2,000	二千	にせん
113 ☐	3,000	三千	さん**ぜん**
114 ☐	4,000	四千	よんせん
115 ☐	5,000	五千	ごせん
116 ☐	6,000	六千	ろくせん
117 ☐	7,000	七千	ななせん
118 ☐	8,000	八千	**はっ**せん
119 ☐	9,000	九千	きゅうせん
120 ☐	10,000	一万	**いち**まん
121 ☐	100,000	十万	じゅうまん
122 ☐	1,000,000	百万	ひゃくまん
123 ☐	10,000,000	一千万	**いっ**せんまん
124 ☐	100,000,000	一おく	**いち**おく

1円

5円

10円

50円

100円

500円

1000円

5000円

10000円

🔊33

A：いくらですか。

B：５００円（ごひゃくえん）です。

125 いくら

N how much / 多少钱 / bao nhiêu

126 ～えん　～円

Suf. ~ yen / ～元(日元) / ~ yên

A: How much is it? B: It's 500 yen. / A: 多少钱？ B: 500元。 / A: Bao nhiêu tiền ạ? B: 500 yên.

🔊34

A：これ、いくらですか。

B：１２００円（せんにひゃくえん）です。

127 これ

N this / 这个 / cái này

A: How much is this? B: It's 1200 yen. / A: 这个多少钱？ B: 1200元。 / A: Cái nay bao nhiêu tiền ạ? B: 1.200 yên.

🔊35

A：あのー、それ、いくらですか。

B：これですか。３６００円（さんぜんろっぴゃくえん）です。

128 それ

N that / 那个 / cái đó

A: Excuse me, how much is that? B: This one? It's 3600 yen. / A: 请问～那个多少钱？ B: 这个吗？ 3600元。 / A: Xin lỗi, cái đó bao nhiêu ạ? B: Cái này à? 3.600 yên.

36

A：すみません。あれ、ください。

B：はい。１８０００円です。
いちまんはっせんえん

129 あれ

N that / 那个 / cái kia

A: Excuse me. I'll take that, please. B: Certainly. It's 18,000 yen. / A: 不好意思，请给我那个。B: 好的。18000元。 / A: Xin lỗi, cho tôi cái kia. B: Vâng, 18.000 yên.

37

A：この　ざっしを　ください。

B：はい。８９０円です。
はっぴゃくきゅうじゅうえん

130 この

Adnom. this (thing) / 这个(这本) / ~ này

131 ざっし

N magazine / 杂志 / tạp chí

A: I'd like to buy this magazine. B: Certainly. That will be 890 yen. / A: 请给我这本杂志。 B: 好的。890元。 / A: Bán cho tôi cuốn tạp chí này. B: Vâng, 890 yên.

38

A：その　パソコンは　いくらですか。

B：これは　１５万円です。
じゅうごまんえん

132 その

Adnom. that (thing) / 那台 / ~ đó

133 パソコン

N computer, PC / 电脑 / máy tính

A: How much does that computer cost? B: This one is 150,000 yen. / A: 那台电脑多少钱？ B: 这台是15万元。 / A: Cái máy tính đó bao nhiêu? B: Cái này 150 nghìn yên.

🔊39

A：あの　えは　いくらですか。

B：３００万円(さんびゃくまんえん)です。

A：そうですか。

134 あの

Adnom. hey, um / 那副 / ~ kia

135 え

N picture / 画 / bức tranh

136 そうですか

Phr. I see / 这样呀 / Vậy à?

A: Um, how much is that picture? B: It's 3 million yen. A: I see. / A: 那幅画多少钱? B: 300万元。 A: 这样呀。 / A: Bức tranh kia bao nhiêu vậy ạ? B: 3 triệu yên. A: Vậy à?

🔊40

A：これと　これと　これ、ください。

B：はい。ぜんぶで　１０５０円(せんごじゅうえん)です。

137 ぜんぶで

Adv. in all, total of / 全部总共 / tất cả, tổng cộng

A: This, this, and this, please. B: Okay. That's a total of 1,050 yen. / A: 我要这个和这个，还有那个。 B: 好的。全部总共1050元。 / A: Cho tôi cái này với cái này và cái này. B: Vâng, tổng cộng 1.050 yên.

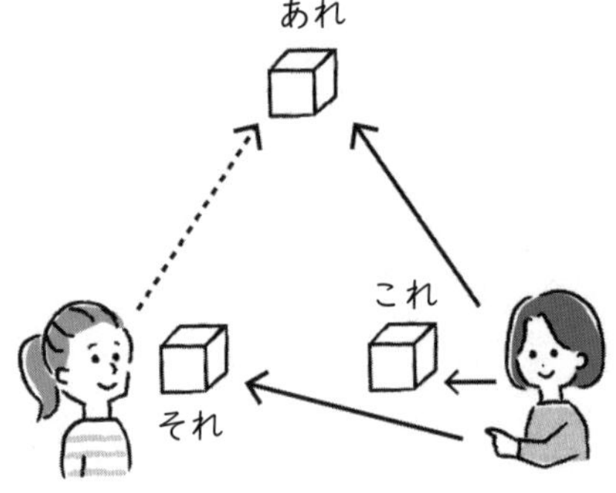

Topic 6

レストラン 1

Restaurants 1 / 餐厅1 / Nhà hàng 1

No. 138-164

覚えよう！ Memorize These Words / 要记住 / Hãy ghi nhớ

おぼ

🔊41

138 ～つ Counting small items / 小物品的量词 / Từ dùng để đếm những vật nhỏ

139 1 一つ ひとつ

140 2 二つ ふたつ

141 3 三つ みっつ

142 4 四つ よっつ

143 5 五つ いつつ

144 6 六つ むっつ

145 7 七つ ななつ

146 8 八つ やっつ

147 9 九つ ここのつ

148 10 十 とお

149 ? いくつ

🔊42

150 にく 肉 meat / 肉 / thịt

151 さかな 魚 fish / 鱼 / cá

152 たまご egg / 鸡蛋 / trứng

153 おちゃ お茶 tea / 茶 / trà

154 こうちゃ black tea / 红茶 / hồng trà

155 ジュース juice / 果汁 / nước ép hoa quả

A：これ、何(なん)ですか。

B：たまごです。

A：えっ、たまごですか。

156 なに／なん　何 ➡p.228

N what / 什么 / cái gì

たまご

N egg / 鸡蛋 / trứng, quả trứng

157 えっ

Intj. oh / 诶 / ơ, hả

A: What is this? B: It's egg. A: Oh, this is egg? / A: 这是什么？ B: 鸡蛋。 A: 诶！？是鸡蛋呀。 / A: Cái này là gì vậy? B: Là quả trứng. A: Ơ, trứng á?

A：これ、肉(にく)ですか。

B：ええ、そうです。

にく　肉

N meat / 肉 / thịt

158 ええ

Intj. yeah / 嗯 / vâng, ừ

159 そうです

Phr. that's right / 是的 / đúng vậy, là nó

A: Is this some kind of meat? B: Yeah, that's right. / A: 这是肉吗？ B: 嗯，是的。 / A: Đây là thịt à? B: Vâng, đúng vậy.

45

A：ピザ、一つ(ひと) おねがいします。
B：はい。

160 ピザ

N pizza / 披萨 / bánh pi-za

ひとつ 一つ

N one / 一个(一片) / 1 cái, phần

161 おねがいします

Phr. please / 麻烦 / Vui lòng, làm ơn, cho tôi

A: One pizza, please.B: Okay. / A: 麻烦给我一片披萨。 B: 好的。 / A: Cho tôi 1 cái bánh pi-za. B: Vâng.

46

A：こうちゃ、ください。
B：あ、私(わたし)も。
A：じゃあ、二つ(ふた) おねがいします。

こうちゃ

N (black) tea / 红茶 / hồng trà, trà đen

162 わたし 私

N I, me / 我 / tôi, mình, em

163 じゃあ

Conj. okay then / 那 / vậy, vậy thì

ふたつ 二つ

N two / 两个(两杯) / 2 cái, phần

A: Black tea, please. B: Oh, me too. A: Okay then. Two, please. / A: 请给我红茶。 B: 啊，我也要。 A: 那给我两杯。 / A: Cho tôi hồng trà. B: A, mình cũng hồng trà. A: Vậy cho 2 hồng trà.

A：お茶、ください。

B：いくつですか。

A：えーと、三つ　おねがいします。

おちゃ　お茶

N tea / 茶 / trà

いくつ①

N how many / 几个(几杯) / mấy cái, phần

164 えーと

Intj. hmmm, let's see / 嗯～ / ừ ~m (suy nghĩ, chần chừ)

みっつ　三つ

N three / 三个(三杯) / 3 cái, phần

A: Tea, please. B: How many do you want? A: Let's see. Three, please. / A: 给我茶。 B: 要几杯？ A: 嗯～请给我三杯。 / A: Cho tôi trà. B: Mấy phần ạ? A: Ừ ~m, cho tôi 3 phần.

Topic 7

位置・場所 1

いち　ばしょ

Positions & Places 1 / 位置・场所1 / Vị trí – Nơi chốn

No. 165-211

覚えよう！ Memorize These Words / 要记住 / Hãy ghi nhớ

おぼ

48

165 うえ　上
□ up / 上(上面) / trên

166 した　下
□ down / 下(下面) / dưới

167 まえ① 前
□ front / 前(前面) / phía trước

168 うしろ　後ろ
□ behind / 后(后面) / phía sau

169 ひだり　左
□ left / 左(左边) / bên trái

170 みぎ　右
□ right / 右(右边) / bên phải

🔊49

171 なか　中
□ middle, inside / 里面 / bên trong

172 そと　外
□ outside / 外面 / ngoài, phía ngoài

173 あいだ　間
□ between / 中间 / giữa

174 となり
□ next to / 旁边(隔壁) / bên cạnh

🔊50

175 □ つくえ　机　desk, table / 桌 / - bàn, cái bàn

176 □ いす　chair / 椅子 / ghế, cái ghế

177 □ ほんだな　bookcase / 书柜 / kệ sách, tủ sách

178	うち		home, place / 家 / nhà, cái nhà
179	だいがく	大学	university / 大学 / trường đại học
180	えき	駅	station / 车站 / nhà ga
181	ぎんこう		bank / 银行 / ngân hàng
182	ゆうびんきょく		post office / 邮局 / bưu điện
183	デパート		department store / 百货公司 / cửa hàng bách hóa
184	ほんや	本屋	bookstore / 书店 / tiệm sách
185	はなや	花屋	flower shop / 花店 / tiệm hoa
186	アパート		bookstore / 公寓 / căn hộ
187	こうばん		police box / 派出所 / đồn cảnh sát
188	ホテル		hotel / 酒店 / khách sạn

52

A：ペン、どこですか。

B：あ、机（つくえ）の　上（うえ）です。

189 ペン

N pen / 笔 / bút bi

190 どこ

N where / 哪里 / ở đâu

つくえ　机

N desk, table / 桌 / bàn, cái bàn

うえ　上

N on, on top / 上 / trên

A: Where is my pen? B: It's on the desk. / A: 笔在哪里？ B: 啊，在桌上。 / A: Cây bút bi ở đâu? B: À, ở trên bàn.

53

A：けんとさんの　かばんは　どこですか。

B：いすの　下（した）です。

191 かばん

N bag / 包包(书包) / cặp sách, túi xách

いす

N chair / 椅子 / ghế, cái ghế

した　下

N under / 下 / dưới

A: Where is Kento's bag? B: It's under the chair. / A: Kento的包包在哪里？ B: 在椅子下。 / A: Túi xách của anh Kento ở đâu? B: Dưới ghế.

54

A：じしょ、ありますか。

B：はい。ほんだなの　中(なか)です。

192 じしょ

N dictionary / 词典 / từ điển

193 ある

V1-I have / 有 / có

ほんだな

N bookcase / 书柜 / kệ sách, tủ sách

なか　中

N in, inside / 里面 / trong

A: Do you have a dictionary? B: Yes. It's in the bookcase. / A: 有词典吗？　B: 有，在书柜里面。 / A: Bạn có từ điển không? B: À, trong tủ sách.

55

A：私(わたし)の　スマホは…。

B：後ろ(うし)に　ありますよ。

194 スマホ／スマートフォン

N smartphone / 手机, 智能手机 / điện thoại thông minh, smartphone

うしろ　後ろ

N back, behind / 后面 / phía sau

A: Have you seen my smartphone? B: It's behind you. / A: 我的手机…。 B: 在你后面。 / A: Điện thoại thông minh của mình… B: Ở phía sau kìa.

🔊 56

A：ここは　トイレですか。

B：いえ、バスルームです。

195 ここ

N here / 这里 / chỗ này, ở đây

196 トイレ

N restroom / 厕所 / nhà vệ sinh

197 バスルーム

N bathroom / 浴室 / phòng tắm

A: Is there a toilet here? B: It's a proper bathroom. / A: 厕所在这里吗? B: 这是浴室。/ A: Chỗ này là nhà vệ sinh phải không? B: Là phòng tắm.

🔊 57

A：あのー、タオル、ありますか。

B：はい、そこです。いすの　よこです。

198 タオル

N towel / 毛巾 / khăn

199 そこ

N there / 那里 / ở đó

200 よこ

N beside, next to / 旁边 / bên cạnh, ngang

A: Um, do you have a towel? B: Yes, just there. Next to the chair. / A: 请问~有毛巾吗? B: 有，就在那里。椅子的旁边。 / A: Xin lỗi, có khăn không ạ? B: À, ở đó. Bên cạnh cái ghế.

58

A：すみません。
ゆうびんきょくは　どこですか。
B：あそこです。本屋(ほんや)の　右(みぎ)です。

ゆうびんきょく

N post office / 邮局 / bưu điện

201 □ あそこ

N over there / 那里 / ở đằng kia

ほんや　本屋

N bookstore / 书店 / tiệm sách

みぎ　右

N right / 边 / bên phải

A: Excuse me. Where is the post office? B: Over there. Just to the right of the bookstore. / A: 不好意思，请问邮局在哪里？　B: 就在那里。书店的右边。 / A: Xin lỗi, bưu điện ở đâu ạ? A: Ở đằng kia. Bên phải tiệm sách.

59

A：アンさん、どこに　いますか。
B：ぎんこうの　前(まえ)です。

202 □ いる①

V2-I be / 在 / có, ở

ぎんこう

N bank / 银行 / ngân hàng

まえ①　前

N front / 前面 / phía trước

A: Anne, where are you? B: In front of the bank. / A: Anne你在哪里？　B: 在银行前面。 / A: An à, đang ở đâu vậy? B: Phía trước ngân hàng.

🔊60

A：近く（ちか）に　ATM（エーティーエム）、ありますか。
B：はい。デパートの　中（なか）です。

203 ちかく　近く

N nearby / 附近 / gần đây

204 ATM

N ATM / 提款机 / ATM

デパート

N department store / 百货公司 / cửa hàng bách hóa

A: Is there an ATM nearby? B: Yes. Inside the department store. / A: 附近有提款机吗? B: 有。在百货公司里面。 / A: Ở gần đây có ATM không? B: Có, trong cửa hàng bách hóa.

🔊61

A：あのー、おてあらいは　どちらですか。
B：あ、下（した）です。

205 おてあらい

N restroom / 洗手间 / nhà vệ sinh

206 どちら①

N where (slightly more polite than どこ) / 哪一边(比「どこ」更有礼貌的说法) / ở đâu (cách nói lịch sự của "どこ")

A: Um, where is the restroom? B: Oh, it's downstairs. / A: 请问～洗手间在哪里? B: 啊，在下面。 / A: Xin lỗi, nhà vệ sinh ở đâu ạ? B: À, ở dưới ạ.

🔊62

A：アンさんのうちは　アパートですか。りょうですか。
B：りょうです。

うち

N home, place / 家 / nhà

アパート

N apartment / 公寓 / căn hộ

207 □ りょう

N dormitory / 宿舍 / ký túc xá

A: Anne, is your home an apartment? Or a dormitory? B: A dormitory. / A: Anne，你家是公寓还是宿舍？ B: 宿舍。 / A: Nhà của An là căn hộ hay ký túc xá. B: Ký túc xá.

🔊63

A：大学（だいがく）の　近（ちか）くに　びょういんが　ありますか。
B：はい、となりに　あります。

だいがく　大学

N university / 大学 / trường đại học

208 □ びょういん

N hospital / 医院 / bệnh viện

となり

N beside, next to / 隔壁 / bên cạnh

A: Is there a hospital near the university? B: Yes, there's one next to it. / A: 大学附近有医院吗？ B: 有。就在隔壁。 / A: Gần trường đại học có bệnh viện không? B: Có, ở bên cạnh.

64

A：駅（えき）の　そばに　何（なに）が　ありますか。
B：花屋（はなや）と　パン屋（や）が　あります。

えき　駅

N station / 车站 / nhà ga

209 そば

N by, next to / 近邻 / bên cạnh

はなや　花屋

N florist, flower shop / 花店 / tiệm hoa

210 パンや　パン屋

N bakery / 面包店 / tiệm bánh mì

211 + ～や　～屋

Suf. ~ shop / ～店 / tiệm ~

A: Is there anything by the station? B: There's a flower shop and a bakery. / A: 车站近邻有什么? B: 有花店还有面包店。 / A: Ở bên cạnh nhà ga có cái gì? B: Có tiệm hoa và tiệm bánh mì.

Topic 8

曜日・年月日 1

ようび　ねんがっぴ

Days & Dates 1 / 星期(周)・年月日1 / Ngày tháng năm 1

No. 212-259

212 ようび 曜日 day of the week / 星期(周) / thứ

213 げつようび 月曜日 Monday / 星期一 / thứ Hai

214 かようび 火曜日 Tuesday / 星期二 / thứ Ba

215 すいようび 水曜日 Wednesday / 星期三 / thứ Tư

216 もくようび 木曜日 Thursday / 星期四 / thứ Năm

221 おととい day before yesterday / 前天 / hôm kia	222 きのう yesterday / 昨天 / hôm qua	223 きょう 今日 today / 今天 / hôm nay
	227 せんしゅう 先週 last week / 上个星期 / tuần trước	228 こんしゅう 今週 this week / 这个星期 / tuần này
	231 せんげつ 先月 last month / 上个月 / tháng trước	232 こんげつ 今月 this month / 这个月 / tháng này
	235 きょねん last year / 去年 / năm ngoái	236 ことし 今年 this year / 今年 / năm nay

🔊65

217	きんようび	金曜日	Friday / 星期五 / thứ Sáu
218	どようび	土曜日	Saturday / 星期六 / thứ Bảy
219	にちようび	日曜日	Sunday / 星期日 / Chủ nhật
220	？　なんようび	何曜日	what day (of the week) / 星期几 / thứ mấy

🔊66

224 あした 明日 tomorrow / 明天 / ngày mai	225 あさって day after tomorrow / 后天 / ngày mốt	226 まいにち 毎日 every day / 每天 / ngày kia
229 らいしゅう 来週 next week / 下个星期 / tuần tới		230 まいしゅう 毎週 every week / 每个星期 / hằng tuần, mỗi tuần
233 らいげつ 来月 next month / 下个月 / tháng sau, tháng tới		234 まいつき／まいげつ 毎月 every month / 每个月 / hằng tháng, mỗi tháng
237 らいねん 来年 next year / 明年 / năm sau, sang năm		238 まいとし／まいねん 毎年 every year / 每年 / hằng năm, mỗi năm

🔊67

A：今日(きょう)は　何曜日(なんようび)ですか。
B：月曜日(げつようび)です。

きょう　今日

N today / 今天 / hôm nay

なんようび　何曜日

N what day (of the week) / 星期几 / thứ mấy

げつようび　月曜日

N Monday / 星期一 / thứ Hai

A: What day of the week is it today? B: It's Monday. / A: 今天是星期几?　B: 星期一。 / A: Hôm nay là thứ mấy? B: Thứ Hai.

🔊68

A：土曜日(どようび)も　学校(がっこう)に　行(い)きますか。
B：はい、行(い)きます。

どようび　土曜日

N Saturday / 星期六 / thứ Bảy

239 がっこう　学校

N school / 学校 / trường học

240 いく　行く

V1-I go / 去 / đi

A: Do you go to school on Saturdays too? B: Yes, I do. / A: 星期六也要去学校吗?　B: 是的, 要去。 / A: Thứ Bảy bạn cũng có đi học không? B: Vâng, tôi sẽ đi.

🔊69

A：毎日(まいにち)　会社(かいしゃ)に　行(い)きますか。
B：いえ、火曜日(かようび)と木曜日(もくようび)は　行(い)きません。

まいにち　毎日

N every day / 每天 / hằng ngày, mỗi ngày

241 かいしゃ　会社

N company, office / 公司 / công ty

かようび　火曜日

N Tuesday / 星期二 / thứ Ba

もくようび　木曜日

N Thursday / 星期四 / thứ Năm

A: Do you go to the office every day? B: No, I don't go in on Tuesdays or Thursdays. / A: 每天都要去公司吗? B: 不用。星期二和星期四不用去。 / A: Anh đi đến công ty mỗi ngày à? B: Không, thứ Ba và thứ Năm thì không đi.

70

A：明日(あした)、何(なに)を　しますか。
B：友(とも)だちと　山(やま)に　行(い)きます。

あした　明日

N tomorrow / 明天 / ngày mai

242 する①

V3-T do / 做 / làm

243 ともだち　友だち

N friend / 朋友 / bạn, người bạn

244 やま　山

N mountain / 山 / núi

A: What are you doing tomorrow? B: I'm going to the mountains with a friend. / A: 明天你要做什么? B: 明天和朋友去爬山。 / A: Ngày mai, cậu sẽ làm gì? B: Tớ sẽ đi (leo) núi với bạn bè.

🔊71

A：何曜日に　コンサートに　行きますか。
B：来週の金曜日に　行きます。

245 コンサート

N concert / 演唱会 / buổi hòa nhạc, chương trình ca nhạc

らいしゅう　来週

N next week / 下个星期(下周) / tuần tới

きんようび　金曜日

N Friday / 星期五 / thứ Sáu

A: What day are you going to the concert? B: I'm going Friday next week. / A: 你星期几要去演唱会? B: 下个星期的星期五去。 / A: Bạn sẽ đi xem hòa nhạc vào thứ mấy? B: Tớ sẽ đi vào thứ Sáu tuần sau.

🔊72

A：先週　テストが　ありましたか。
B：はい。今週も　あります。

せんしゅう　先週

N last week / 上个星期(上周) / tuần trước

246 テスト

N test / 考试 / bài kiểm tra

こんしゅう　今週

N this week / 这个星期(这周) / tuần này

A: Was there a test last week? B: Yes. There's another one this week. / A: 上个星期有考试吗? B: 有。这个星期也有。 / A: Tuần trước có bài kiểm tra không? B: Có. Tuần này cũng có.

🔊73

A：いつ　日本に　来ましたか。
B：きょねん　来ました。

247 いつ

N when / 什么时候 / khi nào, lúc nào

248 にほん　日本

N Japan / 日本 / Nhật Bản

249 くる　来る

V3-I come / 来 / đến

きょねん

N last year / 去年 / năm ngoái

A: When did you come to Japan? B: I came last year. / A: 你什么时候来日本的?　B: 去年来的。 / A: Cậu đã đến Nhật khi nào? B: Tôi đã đến vào năm ngoái.

74

A：いつ　国(くに)に　帰(かえ)りますか。

B：来年(らいねん)　帰(かえ)ります。

250 くに　国

N country / 国 / quốc gia, nước

251 かえる　帰る

V1-I go back, return / 回 / về

らいねん　来年

N next year / 明年 / năm tới, sang năm

A: When are you returning to your country? B: I'm going back next year. / A: 你什么时候回国?　B: 明年回去。 / A: Khi nào cậu về nước? B: Sang năm mình sẽ về.

75

A：来月(らいげつ)　中国(ちゅうごく)に　行(い)きます。
B：りょこうですか。

らいげつ　来月

N next month / 下个月 / tháng tới, tháng sau

252 □ ちゅうごく　中国

N China / 中国 / Trung Quốc

253 □ りょこう[する]

N V3-I travel, travel / 旅行[旅行] / chuyến đi, du lịch

A: I'm going to China next month. B: To travel? / A: 下个月我要去中国。 B: 去旅行吗？ / A: Tháng tới tớ sẽ đi Trung Quốc. B: Du lịch à?

76

A：今年(ことし)は　海(うみ)に　行(い)きたいです。
B：いいですね。

ことし　今年

N this year / 今年 / năm nay

254 □ うみ　海

N sea / 海 / biển

255 □ いいですね

Phr. that sounds great / 真不错 / Thích nhỉ, Được chứ nhỉ

A: I want to visit the sea this year. B: That sounds great. / A: 今年我想去海边。 B: 真不错。 / A: Năm nay tôi muốn đi biển. B: Được chứ nhỉ.

A：あさって、クラスは　休み(やす)ですか。

B：ええ、そうです。

あさって

N day after tomorrow / 后天 / ngày mốt

256 クラス

N class / 班级(课堂) / lớp, lớp học

257 やすみ① 休み

N break, rest / 放假 / ngày nghỉ

A: Is the class taking a break the day after tomorrow? B: Yes, that's right. / A: 后天班级放假吗? B: 嗯，是的。 / A: Ngày mốt, lớp nghỉ phải không? B: Ờ, đúng vậy.

A：週(しゅう)まつ、何(なに)　しましたか。

B：川(かわ)に　行(い)きました。

258 しゅうまつ　週まつ

N weekend / 周末 / cuối tuần

259 かわ　川

N river / 河 / sông, con sông

A: What did you do on the weekend? B: I went to the river. / A: 周末你做了什么? B: 我去了河边。 / A: Cuối tuần bạn đã làm gì? B: Tớ đã đi ra con sông.

Topic 9

朝昼晩

あさ　ひる　ばん

Morning, Noon & Night / 早午晚 / Sáng – Trưa – Tối

No. 260-303

覚(おぼ)えよう！ Memorize These Words / 要记住 / Hãy ghi nhớ

🔊79

260 あさ 朝	261 ひる	262 ゆうがた	263 ばん	264 よる
morning / 早 / sáng	daytime / 午 / trưa	early evening / 傍晚 / chiều	evening / 晚上 / tối	night / 晚上 / tối, ban đêm

265 ゆうべ	266 けさ	267 こんばん	268 こんや
last night / 昨晚 / tối hôm qua	this morning / 今天早上 / sáng nay	this evening / 今晚(今天晚上) / tối nay	tonight / 今晚(今天晚上) / đêm nay

269 あさごはん 朝ご飯	270 ひるごはん ひるご飯	271 ばんごはん ばんご飯
breakfast / 早饭 / cơm sáng, bữa sáng	lunch / 午饭 / cơm trưa, bữa trưa	dinner / 晚饭 / cơm tối, bữa tối

🔊80

272	ごはん① ご飯	rice / 米饭 / cơm
273	パン	bread / 面包 / bánh mì
274	やさい	vegetable / 蔬菜(菜) / rau
275	くだもの	fruit / 水果 / trái cây
276	ぎゅうにゅう	milk / 牛奶 / sữa tươi
277	(お)さけ	alcoholic beverage / 酒 / rượu
278	(お)かし	candy, snack / 零食 / bánh kẹo

81

A：朝(あさ)、何時(なんじ)に　起(お)きますか。
B：毎朝(まいあさ)　7時(しちじ)に　起(お)きます。

あさ　朝

N morning / 早上 / sáng, buổi sáng

279 おきる　起きる

V2-I get up, wake up / 起床 / thức dậy

280 まいあさ　毎朝

N every morning / 每天早上 / mỗi sáng

A: What time do you get up in the morning? B: I get up at 7 o'clock every morning. / A: 你早上几点起床？ B: 每天早上7点起床。 / A: Buổi sáng, bạn thức dậy lúc mấy giờ? B: Mỗi sáng, tôi thức dậy lúc 7 giờ.

82

A：よるは　何時(なんじ)に　ねますか。
B：１２時(じゅうにじ)ごろ　ねます。

よる

N night / 晚上 / buổi tối

281 ねる

V2-I go to sleep / 睡觉 / ngủ, đi ngủ

A: What time do you go to sleep at night? B: I go to sleep around midnight. / A: 你晚上几点睡觉？ B: 12点左右睡。 / A: Buổi tối bạn đi ngủ lúc mấy giờ? B: Tôi ngủ lúc khoảng 12 giờ.

83

A：まいばん　何時間(なんじかん)　ねますか。
B：そうですね…。6時間(ろくじかん)　くらい　ねます。

282 まいばん

N every night / 每天晚上 / mỗi tối

283 なんじかん　何時間

N how many hours / 几小时 / mấy tiếng

284 そうですね

Phr. I suppose, that's right / 就是…(赞同时也会使用) / Ừ nhỉ, Để tôi xem

285 ～じかん　～時間

Suf. ~ hours / ～小时 / ~ tiếng, ~ giờ đồng hồ

286 + ～じかんはん

Suf. ~ and a half hours / ～小时半 / ~ tiếng rưỡi

287 ～くらい／～ぐらい

Suf. about ~ / ～左右 / khoảng ~

A: How many hours do you sleep every night? B: I suppose ... I sleep for about 6 hours. / A: 你每天晚上睡几小时？ B: 就是…睡6小时左右吧。 / A: Mỗi tối bạn ngủ mấy tiếng? B: Để tôi xem…Tôi ngủ khoảng 6 tiếng.

84

A：朝ご飯(あさはん)を　食(た)べましたか。
B：はい。パンと　くだものを　食(た)べました。

あさごはん　朝ご飯

N breakfast / 早饭 / bữa sáng, ăn sáng

288 たべる　食べる

V2-T eat / 吃 / ăn

パン

N bread / 面包 / bánh mì

くだもの

N fruit / 水果 / trái cây

A: Did you eat breakfast? B: Yes. I had bread and fruit. / A: 你吃早饭了吗？ B: 吃了。吃了面包和水果。 / A: Bạn đã ăn sáng chưa? B: Vâng. Tôi đã ăn bánh mì và trái cây.

🔊85

A：ゆうべ、　ばんご飯（はん）は　何（なに）を　食（た）べましたか。
B：ご飯（はん）と　魚（さかな）を　食（た）べました。

ゆうべ

N last night / 昨晚 / tối hôm qua

ばんごはん　ばんご飯

N dinner / 晚饭 / bữa tối, cơm tối

ごはん①　ご飯

N rice / 米饭 / cơm

A: What did you have for dinner last night? B: I had rice and fish. / A: 昨晚晚饭你吃了什么？ B: 吃了米饭和鱼。 / A: Tối hôm qua, bạn đã ăn gì cho bữa tối? B: Tôi đã ăn cơm với cá.

🔊86

A：けさ、何（なに）か　食（た）べましたか。
B：いえ。けさは　何（なに）も　食（た）べませんでした。

けさ

N this morning / 今天早上 / sáng nay

289 なにか　何か

N something / 什么 / cái gì đó

290 なにも　何も

Adv. anything / 什么都 / cái gì cũng (không), (không) gì cả

A: Did you eat something this morning? B: No. I didn't eat anything. / A: 你今天早上吃了什么吗？ B: 没有。今天早上我什么都没吃。 / A: Sáng nay, bạn có ăn cái gì đó không? B: Không, sáng nay tôi đã không ăn gì cả.

87

A：ぎゅうにゅうを　飲(の)みますか。
B：はい。一日(いちにち)　2はい(に)　飲(の)みます。

ぎゅうにゅう

N milk / 牛奶 / sữa tươi

291 のむ① 飲む

V1-T drink / 喝 / uống

292 いちにち 一日

N per day, one day / 一天 / 1 ngày

293 ～はい ➡p.236

Suf. ~ cups / ～杯 / ~ ly, ~ cốc

A: Do you drink milk? B: Yes, I drink two cups per day. / A: 你喝牛奶吗? B: 嗯。我一天喝2杯。 / A:Bạn có uống sữa tươi không? B: Có, 1 ngày tôi uống 2 ly.

88

A：おさけを　飲(の)みますか。
B：ええ、ときどき　飲(の)みます。

(お)さけ

N alcohol (alcoholic beverage) / 酒 / rượu

294 ときどき

Adv. sometimes / 有时候 / thỉnh thoảng

A: Do you drink alcohol? B: Yes, sometimes. / A: 你喝酒吗? B: 嗯，有时候会喝。 / A: Bạn có uống rượu không? B: Vâng, thỉnh thoảng tôi có uống.

89

A：たばこを　すいますか。
B：はい。
A：どのぐらい　すいますか。
B：一日（いちにち）　5本（ほん）　ぐらいです。

295 たばこ

N cigarette / 烟 / thuốc lá

296 すう

V1-T smoke / 抽 / hút

297 どのくらい／どのぐらい

N how many, how much / 大概～多少 / khoảng bao nhiêu

298 ～ほん　～本 ➡p.236

Suf. ~hon (counter for long, thin things) / ～支 / ~ điếu, ~ chai

A: Do you smoke cigarettes? B: Yes. A: How many do you smoke? B: About 5 per day. / A: 你抽烟吗? B: 抽。 A: 大概抽多少? B: 一天5支左右。 / A: Bạn có hút thuốc lá không? B: Có. A: Bạn hút khoảng bao nhiêu? B: 1 ngày khoảng 5 điếu.

90

A：この　薬（くすり）を　飲（の）んで　ください。
B：ご飯（はん）の　前（まえ）ですか。
A：いえ、ご飯（はん）の　あとに　飲（の）んで　ください。

299 くすり　薬

N medicine / 药 / thuốc

300 のむ②　飲む

V1-T take (medicine) / 吃 / uống

301 ごはん②　ご飯

N eating, meal / 饭 / cơm, bữa ăn

302 まえ② 前

N before / 前 / trước

303 あと

N after / 后 / sau

A: Please take this medicine. B: Before meals? A: No, please take it after eating. / A: 吃这个药。 B: 在饭前吗？ A: 不是，在饭后吃。 / A: Bạn hãy uống thuốc này. B: Trước giờ cơm ạ? A: Không, hãy uống sau giờ cơm

Topic 10

毎日のこと・場所 2

まいにち　ばしょ

Daily Activities & Places 2 / 日常・场所2 / Chuyện – Nơi chốn mỗi ngày 2

No. 304-344

91

304	いえ② 家	house / 家 / nhà, nhà cửa
305	へや	room / 房间 / phòng, căn phòng
306	としょかん	library / 图书馆 / thư viện
307	しょくどう	cafeteria / 食堂 / phòng ăn
308	コンビニ	convenience store / 便利店 / cửa hàng tiện lợi
309	スーパー(マーケット)	supermarket / 超市 / siêu thị
310	(お)みせ (お)店	shop, store, restaurant / 店家 / cửa hàng, cửa tiệm, nhà hàng
311	にくや 肉屋	butcher shop / 肉店 / cửa hàng thịt
312	さかなや 魚屋	fishmonger / 鱼店 / cửa hàng cá
313	やおや	greengrocer, produce store / 蔬菜店 / cửa hàng rau
314	ドラッグストア	drugstore / 药妆店 / cửa hàng thuốc và mỹ phẩm
315	くすりや 薬屋	drugstore / 药店 / tiệm thuốc

92

A：いつも　どこで　べんきょうしますか。

B：としょかんで　します。

316 いつも

Adv. always, usually / 平常 / luôn luôn, mọi khi

317 べんきょう[する]

N V3-T study / 学习[学习] / việc học, học

としょかん

N library / 图书馆 / thư viện

A: Where do you usually study? B: At the library. / A: 你平常都在哪里学习？ B: 我在图书馆学习。 / A: Mọi khi bạn học ở đâu? B: Tôi học ở thư viện.

93

A：けんとさんは　テレビを　見ますか。

B：ええ、よく　見ます。

318 テレビ

N TV / 电视 / tivi

319 みる　見る

V2-T see, watch / 看 / xem, nhìn, thấy

320 よく①

Adv. often / 经常 / thường, hay

A: Kento, do you watch TV? B: Yes, I often watch TV. / A: Kento你常看电视吗？ B: 嗯，经常看。 / A: Kento có xem tivi không? B: À, tôi thường hay xem.

94

A：さくらさんは　本(ほん)を　読(よ)みますか。
B：本(ほん)は　あまり　読(よ)みません。

321 ほん　本

N book / 书 / sách

322 よむ　読む

V1-T read / 读 / đọc

323 あまり

Adv. (not) much, (not) many / 不经常 / không ~ lắm

A: Sakura, do you read books? B: I don't read many books. / A: Sakura会看书吗?　B: 我不经常看书。 / A: Sakura có đọc sách không? B: Tôi không đọc sách nhiều lắm.

95

A：家(いえ)で　りょうりを　しますか。
B：いえ、ぜんぜん　しません。

いえ　家

N home, house / 家 / nhà

324 りょうり[する]

N V3-T cooking, cook / 煮饭[煮饭] / món ăn, nấu ăn

325 ぜんぜん

Adv. (not) at all / 完全 / hoàn toàn không

A: Do you cook at home? B: No, not at all. / A: 你在家会煮饭吗?　B: 不，完全不煮。 / A: Bạn có nấu ăn ở nhà không? B: Không, tôi hoàn toàn không nấu ăn.

96

A：きのう、何(なに)を　しましたか。

B：へやで　おんがくを　聞(き)きました。

へや

N room / 房间 / căn phòng, phòng

326 おんがく

N music / 音乐 / âm nhạc

327 きく① 聞く

V1-T listen / 听 / nghe

A: What did you do yesterday? B: I listened to music in my room. / A: 昨天你做了什么? B: 我在房间听了音乐。 / A: Hôm qua, bạn đã làm gì? B: Tôi đã nghe nhạc tại phòng.

97

A：いつも　どこで　ひるご飯(はん)を　食(た)べますか。

B：しょくどうで　食(た)べます。アンさんは？

A：私(わたし)は　コンビニで　ひるご飯(はん)を　買(か)います。

しょくどう

N cafeteria, dining hall / 食堂 / nhà ăn, phòng ăn

コンビニ

N convenience store / 便利店 / cửa hàng tiện lợi

328 かう 買う

V1-T buy / 买 / mua

A: Where do you usually eat lunch? B: I eat at the cafeteria. What about you, Anne? A: I buy lunch at the convenience store. / A: 你平常都在哪里吃午饭? B: 我在食堂吃。Anne呢? A: 我在便利店买午饭。 / A: Bạn luôn ăn cơm trưa ở đâu? B: Mình ăn tại nhà ăn. Còn An? A: Mình mua cơm trưa ở cửa hàng tiện lợi.

98

A：週まつ、何を　しますか。

B：へやを　そうじします。それから、せんたくを　します。

329 そうじ[する]

N V3-T cleaning, clean / 打扫[打扫] / sự quét dọn, quét dọn

330 それから

Conj. next, then / 然后 / rồi sau đó

331 せんたく[する]

N V3-T laundry, wash (clothes) / 洗衣服[洗衣服] / sự giặt giũ, giặt giũ

A: What are you doing on the weekend? B: I'm going to clean my room. Then I'll do some laundry. / A: 你周末在做什么？ B: 我会打扫房间，然后洗衣服。 / A: Cuối tuần, bạn sẽ làm gì? B: Tôi sẽ quét dọn phòng ốc. Rồi sau đó, giặt giũ.

99

A：けんとさんは　おふろに　入りますか。

B：いいえ。私は　朝　シャワーを　あびます。

332 (お)ふろ

N bath / 泡澡 / bồn tắm

333 はいる① 入る

V1-I take (a bath) / 泡 / vào, đi tắm

334 シャワー

N shower / 淋浴 / vòi sen

335 あびる

V2-T take (a shower) / 淋 / tắm

A: Kento, do you take baths? B: No. I take a shower in the morning. / A: Kento会泡澡吗？ B: 不会。我早上会淋浴。 / A:Kento có đi tắm không? B: Không, tớ sẽ tắm vòi sen vào buổi sáng.

100

A：きのうの　よる、何を　しましたか。
B：スーパーと　やおやで　買い物を　しました。それから、レポートを　書きました。

スーパー(マーケット)

N supermarket / 超市 / siêu thị

やおや

N greengrocer, produce store / 蔬菜店 / cửa hàng rau

336 かいもの[する]　買い物[する]

N V3-I shopping, shop / 买东西[买东西] / sự mua sắm, mua sắm

337 レポート

N report / 报告 / báo cáo

338 かく①　書く

V1-T write / 写 / viết

A: What did you do last night? B: I did some shopping at the supermarket and produce store. After that, I wrote a report. / A: 昨天晚上你做了什么?　B: 我去了超市和蔬菜店买东西。然后写了报告。 / A: Tối hôm qua, bạn đã làm gì? B: Tôi đã mua sắm ở siêu thị và cửa hàng rau. Sau đó, đã viết báo cáo.

101

A：ノアさんは　ニュースを　見ますか。
B：そうですね。インターネットで　毎日　見ます。

339 ニュース

N news / 新闻 / tin tức

340 (インター)ネット

N Internet / 互联网 / mạng

A: Noah, do you watch the news? B: Yes. I watch it every day online. / A: Noah会看新闻吗? B: 会的。我每天都用互联网看。 / A: Noah có xem tin tức không? B: Vâng, tôi xem hằng ngày qua mạng.

102

A：明日は　7時で　いいですか。
B：はい。
A：じゃあ、店に　電話しますね。

(お)みせ　(お)店

N restaurant, store / 店家 / cửa hàng, cửa tiệm

341 でんわ[する]　電話[する]

N V3-I phone, call / 电话[打电话] / điện thoại, gọi điện thoại

A: Is 7 o'clock tomorrow okay? B: Yes. A: Great. I'll call the restaurant. / A: 明天7点可以吗? B: 好的。 A: 那我打电话去店家。 / A: Ngày mai 7 giờ được không? B: Vâng. A: Vậy tôi sẽ gọi điện cho cửa hàng nhé.

103

A：おべんとうを　作りましょう。この　やさいは　あらいましたか。
B：はい。

342 (お)べんとう

N bento box, lunch box / 便当 / cơm hộp

343 つくる　作る

V1-T make / 做 / làm

344 あらう

V1-T wash / 洗 / rửa

A: Let's make a lunch box. Have you washed these vegetables? B: Yes. / A: 我们来做便当吧。这个菜洗过了吗? B: 洗了。 / A: Chúng ta làm cơm hộp nào. Rau này rửa chưa vậy? B: Rồi.

Topic 11

趣味・場所 3

しゅみ　ばしょ

Hobbies & Places 3 / 爱好・场所3 / Sở thích – Địa điểm

No. 345-409

104

345	しゅみ	hobby / 爱好 / sở thích
346	えいが	movie / 电影 / phim (màn ảnh rộng)
347	ギター	guitar / 吉他 / đàn ghi-ta
348	ピアノ	piano / 钢琴 / piano
349	うた	song / 唱歌(歌) / bài hát
350	スポーツ	sport / 运动 / thể thao
351	サッカー	soccer (football) / 足球 / bóng đá
352	テニス	tennis / 网球 / quần vợt, tennis
353	スキー	skiing / 滑雪 / trượt tuyết
354	すいえい	swimming / 游泳 / bơi lội
355	やきゅう	baseball / 棒球 / bóng chày
356	ジョギング[する]	jogging, jog / 跑步[跑步] / sự chạy bộ, chạy bộ
357	ダンス[する]	dancing, dance / 跳舞[跳舞] / sự nhảy, nhảy
358	ゲーム[する]	game, play a game / 游戏[打游戏] / game, chơi game
359	アニメ	anime / 动画片 / phim hoạt hình
360	まんが	manga (comic) / 漫画 / truyện tranh

361	まち　町	town / 城市 / thị trấn
362	えいがかん	movie theater / 电影院 / rạp chiếu phim
363	レストラン	restaurant / 餐厅 / nhà hàng
364	きっさてん	café / 咖啡厅 / tiệm nước
365	カフェ	café / 咖啡店 / quán cà phê
366	こうえん	park / 公园 / công viên
367	びじゅつかん	art gallery / 美术馆 / bảo tàng mỹ thuật
368	プール	pool / 游泳池 / hồ bơi
369	(お)てら	temple / 寺庙 / chùa
370	びよういん	hair salon / 美容院 / tiệm cắt tóc, tiệm làm đẹp
371	カラオケ	karaoke / 卡拉OK / karaoke
372	どうぶつえん	zoo / 动物园 / sở thú

106

A：しゅみは　何(なん)ですか。
B：ギターを　ひく　ことです。

しゅみ

N hobby, interest / 爱好 / sở thích

ギター

N guitar / 吉他 / đàn ghi-ta

373 ひく①

V1-T play (instrument) / 弹 / đánh đàn, chơi đàn

A: Do you have any hobbies? B: Playing the guitar. / A: 你的爱好是什么? B: 是弹吉他。 / A: Sở thích của bạn là gì? B: Là chơi đàn ghi-ta.

107

A：けんとさんの　しゅみは　何(なん)ですか。
B：私(わたし)は　サッカーが　好(す)きです。ノアさんは？
A：私(わたし)は　えを　かくのが　好(す)きです。

サッカー

N soccer / 足球 / bóng đá

374 すきな　好きな

ナ like / 喜欢 / thích

375 かく②

V1-T draw / 画 / vẽ

A: Kento, do you have any hobbies? B: I like soccer. What about you, Noah? A: I like to draw. / A: Kento你的爱好是什么? B: 我喜欢足球。Noah呢? A: 我喜欢画画。 / A: Sở thích của Kento là gì? B: Tớ thích bóng đá. Còn Noah? A: Tớ thích vẽ tranh.

🔊108

A：どんな　おんがくが　好（す）きですか。
B：ポップスが　好（す）きです。
A：クラシックも　聞（き）きますか。
B：ええ、聞（き）きます。

376 どんな

Adnom. what kind / 什么样 / như thế nào

377 ポップス

N pop music / 流行歌曲 / nhạc pop

378 クラシック

N classical music / 古典音乐 / nhạc cổ điển

A: What kind of music do you like? B: I enjoy pop music. A: Do you listen to classical music too? B: Yes, I do. / A: 你喜欢什么样的音乐？ B: 我喜欢流行歌曲。 A: 也会听古典音乐吗？ B: 嗯，会听。 / A: Bạn thích loại nhạc nào? B: Tôi thích nhạc pop. A: Bạn cũng có nghe nhạc cổ điển chứ? B: Vâng, có nghe.

🔊109

A：休（やす）みに　何（なに）を　しますか。
B：プールで　およぎます。さくらさんは？
A：私（わたし）は　友（とも）だちと　テニスを　します。

379 やすみ② 休み

N day off, holiday / 放假 / ngày nghỉ, giờ nghỉ

プール

N pool / 游泳池 / hồ bơi

380 およぐ

V1-I swim / 游泳 / bơi

テニス

N tennis / 网球 / tennis, quần vợt

A: What are you going to do on your day off? B: I'm going to swim in the pool. What about you, Sakura? A: I'm going to play tennis with a friend. / A: 放假的时候你会做什么？ B: 我会去游泳池游泳。Sakura呢？ A: 我会和朋友打网球。 / A: Bạn sẽ làm gì vào ngày nghỉ? B: Tôi sẽ bơi ở hồ. Còn Sakura? A: Tôi sẽ chơi quần vợt với bạn bè.

🔊110

A：週(しゅう)まつ、友(とも)だちと　えいがかんに　行(い)きました。
B：何(なん)の　えいがを　見(み)ましたか。
A：アニメの　えいがを　見(み)ました。

えいがかん

N movie theater / 电影院 / rạp chiếu phim

えいが

N movie / 电影 / phim (màn ảnh rộng)

アニメ

N anime / 动画片 / phim hoạt hình

A: On the weekend, I went to the movie theater with a friend. B: What movie did you see? A: We saw an anime movie. / A: 周末时我和朋友去了电影院。 B: 你看了什么电影？ A: 我看了动画片的电影。 / A: Cuối tuần, tôi đã đi xem phim với bạn bè. B: Bạn đã xem phim gì vậy? A: Tôi đã xem phim hoạt hình.

🔊111

A：土曜日(どようび)、何(なに)を　しましたか。
B：友(とも)だちと　あそびました。それから、レストランで
しょくじしました。

381 あそぶ

V1-I hang out, play / 玩 / chơi, chơi đùa

382 しょくじ[する]

N V3-I meal, dine / 吃饭[吃饭] / bữa ăn, ăn uống, dùng bữa

A: What did you do on Saturday? B: I hung out with my friends. Then we went to a restaurant for a meal. / A: 星期六你做了什么？ B: 我和朋友一起玩。然后我们去餐厅吃饭了。 / A: Thứ Bảy bạn đã làm gì? B: Đã chơi với bạn bè. Sau đó, chúng tôi dùng bữa ở khách sạn.

112

A：日曜日、出かけましたか。
B：はい。さくらさんと　こうえんを　さんぽしました。

383 でかける　出かける

V2-I go out / 出门 / đi ra ngoài, đi chơi

こうえん

N park / 公园 / công viên

384 さんぽ[する]

N V3-I walk, stroll / 散步[散步] / sự đi dạo, đi dạo

A: Did you go out on Sunday? B: Yes. I went for a stroll in the park with Sakura. / A: 星期日有出门吗？ B: 有。我和Sakura一起去公园散步了。 / A: Chủ nhật bạn đã đi ra ngoài à? B: Vâng, tôi đã đi dạo công viên với Sakura.

113

A：休みに　何を　しますか。
B：山に　のぼります。山の　上の　おてらに　行きます。

385 のぼる

V1-I climb, hike / 爬 / leo, lên

(お)てら

N temple / 寺庙 / chùa

A: What will you do on your day off? B: I'm going to hike up the mountain. I'm going to visit the temple on top of the mountain. / A: 你放假的时候在做什么？ B: 我会去爬山。去山上的寺庙。 / A: Ngày nghỉ bạn sẽ làm gì? B: Tôi sẽ leo núi. Tôi sẽ đi đến ngôi chùa trên núi.

114

A：馬の　しゃしんですか。どこで　とりましたか。
B：先週、どうぶつえんで　とりました。
A：どうぶつが　好きですか。
B：はい、大好きです。

386 うま　馬

N horse / 马 / ngựa, con ngựa

387 とる①

V1-T take (photograph) / 拍 / chụp ảnh, chụp hình

どうぶつえん

N zoo / 动物园 / sở thú

388 どうぶつ

N animal / 动物 / động vật

389 だいすきな　大好きな

ナ love / 很喜欢的 / rất thích

A: Is that a photo of a horse? Where did you take it? B: Last week at the zoo. A: Do you like animals? B: Yes, I love them. / A: 在哪里拍的马的照片？ B: 上个星期在动物园拍的。 A: 你喜欢动物吗？ B: 嗯，很喜欢。 / A: Là hình chụp con ngựa à? Bạn chụp ở đâu vậy? B: Tôi chụp vào tuần trước, ở sở thú. A: Bạn thích động vật à? B: Vâng, tôi rất thích.

115

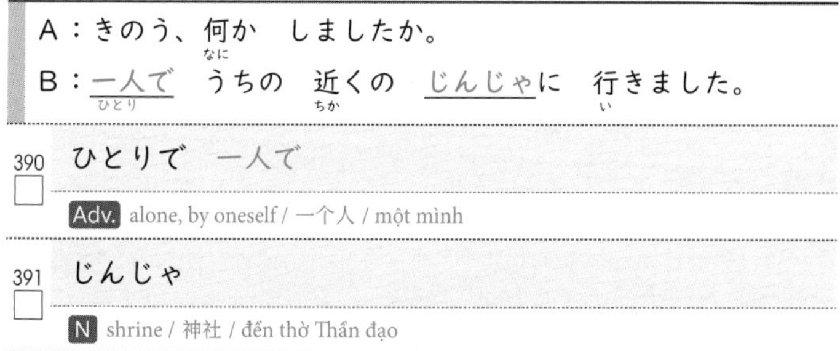

A：きのう、何(なに)か　しましたか。

B：一人(ひとり)で　うちの　近(ちか)くの　じんじゃに　行(い)きました。

390 ひとりで　一人で

Adv. alone, by oneself / 一个人 / một mình

391 じんじゃ

N shrine / 神社 / đền thờ Thần đạo

A: What did you do yesterday? B: I went to the shrine near my home, by myself. / A: 昨天做了什么？ B: 我一个人去了家附近的神社。 / A: Hôm qua, bạn đã làm gì? B: Tôi đã đi đến đền thờ Thần đạo ở gần nhà một mình.

🔊116

A：アンさんはカラオケに行（い）きますか。

B：はい。

A：にほんごの　うたを　うたいますか。

B：はい、うたいます。

カラオケ

N karaoke / 卡拉OK / karaoke

392 にほんご

N Japanese (language) / 日语 / tiếng Nhật

うた

N song / 歌 / bài hát

393 うたう

V1-T sing / 唱 / hát

A: Anne, do you go to karaoke? B: Yes. A: Do you sing Japanese songs? B: Yes, I do. / A: Anne会去卡拉OK吗？ B: 会。 A: 会唱日语歌吗？ B: 会，会唱。 / A: An có đi karaoke không? B: Có. A: Bạn có hát bài hát tiếng Nhật không? B: Vâng, có hát.

🔊117

A：来週（らいしゅう）の　水曜日（すいようび）、いっしょに　びじゅつかんに　行（い）きませんか。

B：いいですね。ぜひ。

394 いっしょに

Adv. together / 一起 / cùng với

びじゅつかん

N art gallery / 美术馆 / bảo tàng mỹ thuật

395 ぜひ

Adv. definitely / 一定 / nhất định

A: Next Wednesday, would you like to go to the art gallery together? B: That sounds great. Definitely. / A: 下星期的星期三，一起去美术馆吗？ B: 真不错，我一定去。 / A: Thứ Tư tuần tới, bạn đi bảo tàng mỹ thuật với mình không? A: Thích nhỉ. Nhất định mình sẽ đi.

118

A：しゅみは　ジョギングです。
B：一週間（いっしゅうかん）に　何回（なんかい）　はしりますか。
A：4回（よんかい）　はしります。

ジョギング[する]

N V3-I jogging, jog / 跑步[跑步] / sự chạy bộ, chạy bộ

396 いっしゅうかん　一週間

N one week / 一星期 / 1 tuần

397 なんかい　何回

N how many times / 几次 / mấy lần

398 はしる

V1-I run / 跑 / chạy

399 ～かい①　～回 ➡p.237

Suf. ~ times / ～次 / ~ lần

A: My hobby is jogging. B: How many times per week do you run? A: I run 4 times a week. / A: 我的爱好是跑步。 B: 一星期跑几次？ A: 跑4次。 / A: Sở thích của tôi là chạy bộ. B: 1 tuần bạn chạy mấy lần? A: Tôi chạy 4 lần.

🔊119

A：ノアさんは　カラオケ、好(す)きですか。
B：私(わたし)は　カラオケは　ちょっと…。
A：きらいですか。
B：ええ。

400 ちょっと①
Adv. not good for me, a bit, a little / 不怎么 / một chút, hơi

401 きらいな
ナ dislike / 讨厌的 / ghét

402 ＋だいきらいな　大きらいな
ナ hate / 很讨厌的 / rất ghét

A: Do you like karaoke, Noah? B: I find karaoke a bit … umm … A: You dislike it? B: I suppose. / A: Noah你喜欢卡拉OK吗? B: 卡拉OK我不怎么…。 A: 讨厌吗? B: 嗯。 / A: Noah, bạn có thích karaoke không? B: Tôi thì karaoke có hơi….A: Bạn ghét à? B: Vâng.

🔊120

A：たくさん　あるきましたね。
B：ええ。少(すこ)し　休(やす)みましょう。

403 たくさん
Adv. a lot / 很多 / nhiều

404 あるく
V1-I walk / 走 / đi bộ

405 すこし　少し
Adv. a bit / 一下, 一点点 / một chút

406 やすむ①　休む
V1-I take a break / 休息 / nghỉ, nghỉ ngơi

A: We've walked a lot. B: Yeah. Let's take a break for a bit. / A: 走很多了耶。 B: 嗯。休息一下吧。 / A: Chúng ta đi bộ nhiều rồi nhỉ. B: Phải, nghỉ ngơi một chút nào.

A：日曜日(にちようび)は　どこかへ　出(で)かけましたか。
B：いえ、どこへも　行(い)きませんでした。いちにちじゅう　ねて　いました。

407 どこか

N somewhere / 哪儿 / đâu đó

408 どこへも

Adv. anywhere / 哪里都没 / bất kỳ đâu

409 いちにちじゅう

Adv. all day / 一整天 / cả ngày

A: Did you go somewhere on Sunday? B: No, I didn't go anywhere. I slept all day. / A: 星期日你去了哪儿吗? B: 没有，我哪里都没去。一整天都在睡觉。 / A: Chủ nhật bạn có ra ngoài đi đâu đó không? B: Không, tôi đã không đi đâu cả. Tôi đã ngủ cả ngày.

Topic 12

部屋の中

へや　なか

Indoors / 房里 / Trong phòng

No. 410-448

覚(おぼ)えよう！ Memorize These Words / 要记住 / Hãy ghi nhớ

122

410	テーブル	table / 桌子 / bàn, cái bàn
411	ソファー	sofa / 沙发 / sô-pha
412	ベッド	bed / 床 / giường, cái giường
413	でんわ　電話	telephone / 电话 / điện thoại
414	ごみばこ	trash can / 垃圾桶 / thùng rác
415	ラジオ	radio / 收音机 / radio
416	エアコン	air-con / 空调 / máy điều hòa
417	れいぞうこ	refrigerator / 冰箱 / tủ lạnh
418	ドア	door / 门 / cửa
419	かさ	umbrella / 伞 / cái dù, cái ô
420	まど	window / 窗户 / cửa sổ
421	カーテン	curtain / 窗帘 / rèm cửa
422	にわ	garden / 庭院 / vườn

423 □	さいふ		wallet / 钱包 / cái ví, cái bóp
424 □	(お)かね	(お)金	money / 钱 / tiền
425 □	かぎ		key / 钥匙 / chìa khóa
426 □	とけい		watch / 钟 / đồng hồ
427 □	しゃしん		photo / 照片 / bức hình, bức ảnh
428 □	しんぶん	新聞	newspaper / 报纸 / báo, tờ báo
429 □	ノートパソコン		laptop PC / 笔记本电脑 / máy tính xách tay
430 □	カメラ		camera / 相机 / máy ảnh
431 □	ノート		notebook / 笔记本 / quyển vở
432 □	えんぴつ		pencil / 铅笔 / bút chì
433 □	けしゴム		eraser / 橡皮擦 / cục tẩy
434 □	ハンカチ		handkerchief / 手帕 / khăn tay
435 □	ティッシュ		tissue / 纸巾 / khăn giấy

124

A：かぎ、どこですか。

B：あ、その　テーブルの　上(うえ)です。

かぎ

N key / 钥匙 / chìa khóa

テーブル

N table / 桌子 / bàn, cái bàn

A: Where's the key? B: Oh, it's on that table. / A: 钥匙在哪里？ B: 啊，就在那个桌上。 / A: Chìa khóa ở đâu nhỉ? B: À, trên cái bàn kia kìa.

125

A：あのー、ごみばこは…。

B：あ、ドアの　よこに　あります。

ごみばこ

N trash can / 垃圾桶 / thùng rác

ドア

N door / 门 / cửa

A: Hey, where's the trash can? B: Oh, it's beside the door. / A: 请问～垃圾桶在…？ B: 啊，就在门旁边。 / A: Xin lỗi, thùng rác …B: À, ở bên cửa đấy.

126

A：さくらさんの　へやに　ソファーは　ありますか。

B：いえ、ありません。ベッドが　あります。

ソファー

N sofa / 沙发 / sô-pha

ベッド

N bed / 床 / giường, cái giường

A: Sakura, do you have a sofa in your room? B: No, I don't. I have a bed. / A: Sakura你房间有沙发吗？ B: 不，没有。有床。 / A: Phòng của Sakura có sô-pha không? B: Không, không có. Có cái giường.

🔊127

A：これ、どこで　買いましたか。

B：ノートは　きょうとの　店で　買いました。えんぴつは　ならで　買いました。

ノート

N notebook / 笔记本 / quyển vở, quyển tập

436 □ きょうと

N Kyoto (city in Japan) / 京都 / Kyoto

えんぴつ

N pencil / 铅笔 / bút chì

437 □ なら

N Nara (city in Japan) / 奈良 / Nara

A: Where did you buy these? B: I bought the notebook at a store in Kyoto. I bought the pencils in Nara. / A: 这是在哪里买的?　B: 笔记本是在京都的店买的。铅笔是在奈良买的。 / A: Bạn mua mấy cái này ở đâu? B: Vở thì tôi đã mua ở tiệm ở Kyoto. Còn bút chì thì mua ở Nara.

🔊128

A：しゃしんが　2まい　ありますね。

B：はい。

とうきょうの　しゃしんと、

ふじさんの　しゃしんです。

しゃしん

N photograph / 照片 / ảnh, hình

438 □ ～まい

Suf. ~mai (counter for flat, wide things) / ～张 / ~ tấm, ~ cái, ~ tờ (đếm vật mỏng, dẹp)

439 とうきょう

N Tokyo / 东京 / Tokyo

440 ふじさん

N Mount Fuji / 富士山 / núi Phú Sĩ

A: You have 2 photos, right? B: Yes. A photo of Tokyo and a photo of Mount Fuji. / A: 有2张照片。 B: 是的。是东京的照片和富士山的照片。 / A: Có 2 tấm hình nhỉ. B: Vâng. Hình Tokyo và hình núi Phú Sĩ.

129

A：これ、だれの　かさですか。

B：あ、アンさんの　です。

441 だれ

N who / 谁 / ai

かさ

N umbrella / 伞 / cái dù, cái ô

A: Whose umbrella is this? B: Oh, it's Anne's. / A: 这是谁的伞？ B: 啊，是Anne的。 / A: Đây là cái dù của ai vậy? B: À, của bạn An.

130

A：この　さいふは　だれの　ですか。

B：たぶん、けんとさんの　です。

さいふ

N wallet / 钱包 / cái ví, cái bóp

442 たぶん

Adv. probably / 大概 / có lẽ

A: Whose wallet is this? B: Probably Kento's. / A: 这个钱包是谁的？ B: 大概是Kento的。 / A: Cái ví này của ai vậy? B: Có lẽ của Kento.

131

A：まんがが　たくさん　ありますね。何さつ（なん）　くらい　ありますか。

B：えー。わかりません。

443 なんさつ　何さつ ➡ p.238

N how many books / 几本 / mấy quyển

444 わかりません

Phr. don't know, don't understand / 不知道 / không biết

A: You own a lot of manga comics. How many books do you have? B: Well, I don't know. / A: 有好多漫画哦。大约有几本呢？ B: 诶～不知道。 / A: Có nhiều truyện tranh quá nhỉ. Có khoảng bao nhiêu quyển? B: Chà, tôi không biết.

132

A：かわいい　カーテンですね。

B：ありがとうございます。

445 かわいい

イ cute / 可爱 / dễ thương, đáng yêu

カーテン

N curtain / 窗帘 / rèm cửa

A: These curtains are cute. B: Thanks. / A: 好可爱的窗帘哦。 B: 谢谢。 / A: Rèm cửa dễ thương nhỉ. B: Cảm ơn bạn.

133

A：パソコンを　何台（なんだい）　持って（も）　いますか。

B：2台（にだい）　持って（も）　います。

446 なんだい　何台

N how many (devices / machines) / 几台 / mấy cái, mấy chiếc

447 もって　いる　持って　いる

V2-T own / 有 / có

448 ～だい　～台 ➡ p.238

Suf. ~dai (counter for devices / machines) / ～台 / ~ cái, ~ chiếc

A: How many computers do you own? B: I have two. / A: 你有几台电脑?　B: 我有2台。 / A: Bạn có mấy cái máy tính? B: Tôi có 2 cái.

Topic 13

形容詞 1

けい　よう　し

Adjectives 1 / 形容词1 / Tính từ 1

No. 449-489

覚(おぼ)えよう！ Memorize These Words / 要记住 / Hãy ghi nhớ

🔊134

449 ☐	おおきい	大きい	big / 大 / to, lớn
450 ☐	ちいさい①	小さい	small / 小 / nhỏ, bé
451 ☐	あたらしい	新しい	new / 新 / mới
452 ☐	ふるい	古い	old / 旧 / cũ
453 ☐	たかい①	高い	expensive / 贵 / đắt
454 ☐	やすい	安い	inexpensive / 便宜 / rẻ
455 ☐	たかい②	高い	high / 高 / cao
456 ☐	ひくい		low / 低 / thấp
457 ☐	あかるい	明るい	bright / 亮 / sáng
458 ☐	くらい		dark / 暗 / tối
459 ☐	ひろい	広い	broad, spacious / 宽 / rộng
460 ☐	せまい		narrow / 窄 / chật, hẹp
461 ☐	はやい①		early / 早 / sớm
462 ☐	おそい①		late / 晚 / muộn, trễ
463 ☐	いい		good / 好 / tốt

464	わるい		bad / 坏(不好) / xấu
465	はやい②		fast / 快 / nhanh
466	おそい②		slow / 慢 / chậm
467	きれいな①		beautiful / 美丽的 / đẹp
468	かっこいい		cool, stylish / 帅气 / đẹp, ngầu, phong độ
469	かるい		light / 轻 / nhẹ
470	おもい		heavy / 重 / nặng
471	ながい	長い	long / 长 / dài
472	みじかい		short / 短 / ngắn
473	ふとい	太い	fat, thick / 粗 / mập
474	ほそい		thin / 细 / ốm, thon
475	つよい		strong / 强 / mạnh
476	よわい		weak / 弱 / yếu
477	まるい		round / 圆 / tròn
478	じょうぶな		sturdy / 结实 / chắc, bền

🔊136

A：この　カメラは　高い(たか)ですね。
B：そうですね。いいカメラですね。

たかい①　高い

イ expensive / 贵 / đắt

いい

イ good / 好 / tốt

A: This camera is expensive. B: Yes. It's a good camera. / A: 这台相机很贵吧。 B: 是的，是台好相机。 / A: Cái máy ảnh này đắt nhỉ. B: Đúng đấy. Cái máy ảnh tốt nhỉ.

🔊137

A：あれ、新しい(あたら)　車(くるま)ですね。
B：ええ。はやいですね。かっこいいですね。

あたらしい　新しい

イ new / 新 / mới

479 くるま　車

N car / 车 / xe ô tô

はやい②

イ fast / 快 / nhanh

かっこいい

イ cool (stylish) / 帅气 / ngầu, đẹp, phong độ

A: Hey, that's a new car. B: Yes. It's fast. And it's cool. / A: 诶，这是新车。 B: 嗯。很快，很帅气。 / A: Kia là xe ô tô mới nhỉ. B: Vâng. Nhanh nhỉ. Ngầu nữa.

🔊 138

A：ここの　きっさてん、ちょっと　くらいですね。
B：ええ。明るい　店に　行きましょうか。

480 ちょっと②

Adv. a bit / 有点 / hơi, một chút

くらい

イ dark / 暗 / tối, tối tăm

あかるい　明るい

イ bright / 亮 / sáng, sáng sủa

A: This cafe is a bit dark. B: It is. Shall we go somewhere brighter? / A: 这里的咖啡厅有点暗。B: 嗯，我们去亮一点的店吧。 / A: Tiệm nước ở đây hơi tối nhỉ. B: Ừ, mình đi tiệm nào sáng sủa đi.

🔊 139

A：今、何時ですか。
B：１１時です。バス、おそいですね…。

481 バス

N bus / 巴士, 公交车 / xe buýt

おそい①

イ late / 慢 / trễ, muộn

A: What time is it now? B: It's eleven o'clock. The bus is late ... / A: 现在几点？ B: 11点。公交车好慢哦…。 / A: Bây giờ là mấy giờ? B: 11 giờ. Xe buýt trễ nhỉ…

🔊 140

A：先月、山に　のぼりました。
B：どんな　山ですか。
A：花が　きれいな　山です。あまり　高くないです。

482 はな① 花

N flower / 花 / hoa

きれいな①

ナ beautiful / 美丽的 / đẹp

たかい② 高い

イ high / 高 / cao

A: Last month, I hiked up a mountain. B: What kind of mountain? A: A mountain with beautiful flowers. It wasn't too high. / A: 上个月我去爬山了。 B: 是怎么样的山? A: 是一座花很美丽的山。也不会很高。 / A: Tháng trước tôi đã đi leo núi. B: Ngọn núi thế nào? A: Núi có nhiều hoa đẹp. Không cao lắm.

141

A：じょうぶな いすを 買(か)いたいです。

B：じゃ、あの 店(みせ)に 行(い)きましょう。

じょうぶな

ナ robust, sturdy / 结实的 / chắc, bền

A: I'd like to buy a sturdy chair. B: Well, let's go to that store. / A: 我想买结实的椅子。 B: 那我们去那家店吧。 / A: Tôi muốn mua cái ghế chắc chắn. B: Vậy đi đến cái tiệm kia.

142

A：この ノートパソコン、かるいですね。

B：そうですか。おもいですよ。

かるい

イ light / 轻 / nhẹ

おもい

イ heavy / 重 / nặng

A: This laptop is so light. B: You think so? It's heavy. / A: 这台笔记本电脑好轻哦。 B: 是吗? 我觉得重。 / A: Cái máy tính xách tay này nhẹ nhỉ. B: Vậy sao? Nặng đấy.

143

A：この　とけい、デザインが　いいですね。
B：そうですね。でも、少し　大きいですね。

483 デザイン

N design / 设计 / mẫu mã, thiết kế

484 でも

Conj. but / 但是 / nhưng

おおきい　大きい

イ big / 大 / to, lớn

A: This watch has a nice design. B: Yes. But it's a bit big. / A: 这个钟的设计真好。 B: 是呀，但是有点大。 / A: Cái đồng hồ này, mẫu mã đẹp nhỉ. Đúng vậy. Nhưng hơi to một chút nhỉ.

144

A：この　まるい　バッグ、どうですか。
B：あ、とても　かわいいですね。

まるい

イ round / 圆 / tròn

485 バッグ

N bag / 包包 / túi xách

486 どう

Adv. how / 怎么样 / thế nào, ra sao

487 とても

Adv. very / 非常 / rất

A: How do you like this round bag? B: Oh, it's very cute. / A: 这个圆的包包怎么样？ B: 啊，非常可爱。 / A: Cái túi xách tròn này thế nào? B: À, rất dễ thương.

A：この　かさは　いかがですか。

B：そうですね…。

もう　少し　ほそいのは
　　　すこ
ありますか。

488 いかが

Adv. how (slightly more polite than どう) / 如何（比「どう」更有礼貌的说法） / thế nào (cách nói lịch sự của "どう")

489 もう　すこし　もう　少し

Adv. slightly more / 更～一点 / hơn một chút

ほそい

イ narrow, thin / 细 / thon, ốm

A: How do you like this umbrella? B: Hmmm. Do you have one that's slightly more narrow? / A: 这把伞如何呢？ B: 嗯…。还有更细一点的吗？ / A: Cây dù này thì thế nào ạ? B: Để tôi xem… Có cái thon hơn một chút không?

Topic 14

形容詞 2

けい　よう　し

Adjectives 2 / 形容词2 / Tính từ 2

No. 490-540

146

490	ちかい　近い	near / 近 / gần
491	とおい	far / 远 / xa
492	べんりな	convenient, handy / 方便的 / tiện lợi
493	ふべんな	inconvenient / 不便的 / bất tiện
494	きれいな②	clean / 干净 / sạch
495	きたない	dirty / 脏 / bẩn, dơ
496	おいしい	delicious / 好吃 / ngon
497	まずい	bad-tasting / 难吃(不好吃) / dở
498	おおい　多い	many / 多 / đông, nhiều
499	すくない　少ない	few / 少 / ít
500	しずかな　静かな	quiet / 安静的 / yên tĩnh
501	うるさい	loud / 吵 / ồn ào
502	にぎやかな	lively / 热闹的 / náo nhiệt, huyên náo
503	ゆうめいな	famous / 有名的 / nổi tiếng
504	あぶない	dangerous / 危险 / nguy hiểm
505	たいせつな	important / 重要的 / quan trọng
506	やさしい①	easy / 简单 / dễ

507	かんたんな	simple, easy / 简单的 / đơn giản
508	むずかしい	difficult / 难 / khó
509	いそがしい	busy / 忙碌 / bận rộn
510	ひまな	free, relaxed / 空闲的 / rảnh rỗi
511	たいへんな	hard, tough / 辛苦的 / vất vả
512	たのしい	fun / 开心 / vui
513	おもしろい	interesting / 有趣 / thú vị, hay
514	つまらない	boring / 无聊 / chán, tẻ nhạt
515	さびしい	lonely / 寂寞 / buồn, cô đơn
516	ねむい	sleepy / 想睡觉 / buồn ngủ
517	じょうずな	skillful / 厉害的 / giỏi
518	へたな	bad (unskilled) / 不好的 / dở
519	むりな	impossible / 勉强的 / quá sức
520	しんせつな	kind / 亲切的 / tử tế
521	やさしい②	gentle, easygoing / 温柔 / tử tế, hiền
522	げんきな　元気な	energetic / 有活力 / khỏe
523	わかい	young / 年轻 / trẻ

A：家(いえ)は　駅(えき)から　近(ちか)いですか。

B：ちょっと　とおいです。駅(えき)から　２０分(にじゅっぷん)です。

ちかい　近い

イ near / 近 / gần

とおい

イ far / 远 / xa

A: Is your place near the station? B: It's a bit far. It's 20 minutes from the station. / A: 家离车站近吗？ B: 有点远。从车站要20分钟。 / A: Nhà bạn có gần ga không? B: Hơi xa. Từ ga là 20 phút.

149

A：いい　ところですね。

B：ええ。べんりで、よるも　静(しず)かですよ。

524 ところ①

N place / 地方 / chỗ, nơi

べんりな

ナ convenient, handy / 方便的 / tiện lợi, thuận tiện

しずかな　静かな

ナ quiet / 安静的 / yên tĩnh

A: This is a great place. B: Yes. It's convenient, and very quiet, even at night. / A: 真是个好地方。 B: 嗯。方便，晚上也安静。 / A: Chỗ tốt nhỉ. B: Vâng, tiện lợi và đêm cũng yên tĩnh lắm.

150

A：この　魚屋(さかなや)で　買(か)った　魚(さかな)、安(やす)くて　おいしかったです。

B：そうですか。

おいしい

イ delicious / 好吃 / ngon

A: The fish I got at this fish shop was inexpensive, but delicious. B: Oh, really? / A: 在这家鱼店买的鱼，便宜又好吃。 B: 是哦。 / A: Cá mua ở tiệm này vừa rẻ lại ngon. B: Thế à?

🔊151

A：この　こうえん、きれいですね。

B：はい。前(まえ)は　少(すこ)し　きたなかったです…。

きれいな②

ナ clean / 干净的 / sạch

525 まえ③　前

N before, previously / 以前 / trước

きたない

イ dirty / 脏 / bẩn, dơ

A: This park is so clean. B: Yes. Although it used to be a little dirty before ... / A: 这个公园好干净呀。 B: 是的。以前有点脏…。 / A: Công viên này sạch nhỉ. B: Vâng, lúc trước hơi bẩn một chút…

🔊152

A：まつりに　行(い)きましたか。

B：はい。ゆうめいな　まつりですから、とても　にぎやかでした。

526 (お)まつり

N festival / 祭典(庙会) / lễ hội

ゆうめいな

ナ famous / 有名的 / nổi tiếng

にぎやかな

ナ lively / 热闹的 / nhộn nhịp, huyên náo

A: Did you go to the festival? B: Yes. It's a famous festival, so it was very lively. / A: 你去祭典了吗? B: 嗯。因为是有名的祭典，好热闹哦。 / A: Bạn đi lễ hội chưa? B: Rồi. Lễ hội nổi tiếng nên rất nhộn nhịp.

153

A：人(ひと)が　多かった(おお)ですね。
B：ええ。少し(すこ)　うるさかったですね。

527 ☐ ひと　人

N person / 人 / người

おおい　多い

イ many / 多 / đông

うるさい

イ loud, noisy / 吵 / ồn ào

A: There were too many people. B: Yes. It was a little noisy. / A: 人很多吧。 B: 嗯。有点吵。 / A: Người đông quá nhỉ. B: Ừ, hơi ồn nhỉ.

154

A：先週(せんしゅう)の　テストは　やさしかったですか。
B：ぜんぜん　やさしくなかったです。むずかしかったです。

やさしい①

イ easy / 简单 / dễ, đơn giản

むずかしい

イ difficult / 难 / khó

A: Was last week's test easy? B: Not at all. It was difficult. / A: 上个星期的考试简单吗? B: 一点都不简单。我觉得难。 / A: Bài kiểm tra tuần trước dễ không? B: Không dễ chút nào. Khó lắm.

🔊 155

A：これ、私(わたし)の　大好(だいす)きな　ゲームです。ほんとうに　おもしろいですよ。

B：そうですか。

528 ほんとうに

Adv. really / 真的很～ / thật sự

おもしろい

イ fun, interesting / 有趣 / thú vị, hay

A: This is my favorite game. It's really fun. B: Is that so? / A: 这是我很喜欢的游戏。真的很有趣。 B: 是哦。 / A: Đây là cái game mà tôi thích. Hay thật sự đấy. B: Vậy à?

🔊 156

A：カフェの　アルバイトは　どうですか。

B：たいてい　ひまですが、週(しゅう)まつの　ひるは　いそがしいです。

529 (アル)バイト[する]

N V3-I part-time job, work part-time / 兼职[做兼职] / công việc làm thêm, làm thêm

530 たいてい

Adv. usually / 一般 / tương đối, đại khái

ひまな

ナ free, relaxed / 空闲的 / rảnh rỗi

いそがしい

イ busy / 忙碌 / bận rộn

A: How's your part-time job at the cafe? B: It's usually pretty relaxed, but it gets busy during the day on weekends. / A: 咖啡店的兼职怎么样？ B: 一般都很空闲，但周末的中午会忙碌。 / A: Công việc làm thêm ở quán cà phê thế nào? B: Cũng tương đối rảnh rỗi nhưng buổi trưa vào cuối tuần thì bận.

157

A：しごとは　たいへんですか。

B：いえ、たいへんじゃないです。かんたんな　しごとですから。

531 しごと

N job / 工作 / công việc

たいへんな

ナ hard, tough / 辛苦的 / vất vả

かんたんな

ナ simple, easy / 简单的 / đơn giản

A: Is your job hard? B: No, not hard at all. It's a simple job. / A: 工作很辛苦吧？　B: 不会，是很简单的工作，不辛苦。 / A: Công việc có vất vả không? B: Không, không vất vả. Vì công việc đơn giản mà.

158

A：スキーは　どうでしたか。

B：とても　たのしかったです。

たのしい

イ fun / 开心 / vui

A: How was skiing? B: It was really fun. / A: 滑雪怎么样？　B: 滑得非常开心。 / A: Trượt tuyết thế nào? B: Vui lắm.

159

A：パーティーは　どうでしたか。

B：うーん。ちょっと　つまらなかったです。

532 パーティー

N party / 派对 / tiệc

つまらない

イ boring / 无聊 / chán, tẻ nhạt

A: How was the party? B: Hmmm. It was a bit boring. / A: 派对怎么样？　B: 嗯～。有点无聊。 / A: Bữa tiệc thế nào? B: Ừm, hơi chán một chút.

160

A：さいきん、どうですか。

B：友だちが　国に　帰りましたから、さびしいです。

533 さいきん

N recently / 最近 / gần đây, dạo gần đây

さびしい

イ lonely / 寂寞 / buồn, cô đơn

A: How have you been recently? B: My friend went home to her own country, so I feel lonely. / A: 最近怎么样?　B: 因为朋友回国了，很寂寞。 / A: Gần đây cậu thế nào? B: Vì bạn bè tớ về nước rồi nên buồn lắm.

161

A：ノアさん、ねむいですか。

B：はい。朝、はやい時間に　起きましたから。

ねむい

イ sleepy / 想睡觉 / buồn ngủ

534 じかん　時間

N hour, time / 时间 / thời gian, giờ

A: Noah, are you feeling sleepy? B: Yes. I woke up at an early hour this morning. / A: Noah 你想睡觉吗?　B: 是的。早上很早的时间我就起床了。 / A: Noah buồn ngủ à? B: Vâng, buổi sáng tôi đã dậy vào giờ sớm nên…

162

A：わあ。あの人、ダンスが　じょうずですね。

B：ほんとうですね。

じょうずな

ナ skillful / 厉害的 / giỏi, hay

535 ほんとう

N true / 真的 / thật sự, đúng

A: Wow. That guy is a skillful dancer. B: He truly is. / A: 哇～。那个人跳舞好厉害哦。 B: 真的很厉害。 / A: Ôi, người kia nhảy giỏi nhỉ. B: Đúng vậy nhỉ.

🔊163

A：アンさんは　車(くるま)を　うんてんしますか。
B：いえ。へたですから、しません。

536 □ うんてん[する]

N V3-T driving, drive / 驾驶[驾驶] / sự lái xe, lái xe

へたな

ナ bad (unskilled) / 不好的 / dở

A: Anne, do you drive? B: No. I'm a bad driver, so I just don't do it. / A: Anne你平常开车吗? B: 不。因为开得不好所以不开。 / A: An có lái xe không? B: Không, tôi lái dở nên không lái.

🔊164

A：クラスの　先生(せんせい)は　どんな　人(ひと)ですか。
B：わかくて　元気(げんき)で　やさしい　先生(せんせい)です。

537 □ せんせい　先生

N teacher / 老师 / giáo viên, thầy cô

わかい

イ young / 年轻 / trẻ

げんきな　元気な

ナ energetic / 有活力 / vui tươi, khỏe mạnh

やさしい②

イ gentle, nice / 温柔 / tử tế, hiền

A: What kind of person is your class teacher? B: She's young, energetic, and gentle. / A: 班级老师是个怎么样的人? B: 是个年轻有活力又温柔的老师。 / A: Giáo viên lớp bạn là người thế nào? B: Thầy / Cô trẻ, vui và hiền.

🔊165

A：この　前(まえ)の　りょこうは　どうでしたか。
B：よかったです。ホテルの　人(ひと)が　とても　しんせつでした。

538 この　まえ　この　前

N previously, the other day / 上次 / trước đây, lần trước

しんせつな

ナ kind / 亲切 / tử tế

A: How was your trip the other day? B: Great. Everyone at the hotel was very kind. / A: 上次的旅行怎么样? B: 很好。酒店的人非常亲切。 / A: Chuyến du lịch lần trước thế nào? B: Được lắm. Người của khách sạn rất tử tế.

🔊166

A：週(しゅう)まつ、やきゅうを　見(み)に　行(い)きませんか。
B：いいですね。土曜日(どようび)ですか。
A：土曜日(どようび)は　ちょっと　だめです。日曜日(にちようび)は　どうですか。
B：はい、だいじょうぶです。

539 だめな

ナ no good / 不行的 / không được

540 だいじょうぶな

ナ all right, fine / 没问题的 / ổn, được

A: Want to catch a baseball game on the weekend? B: Sure. On Saturday? A: Saturday's no good for me. How about Sunday? B: Yeah, that's fine. / A: 周末一起去看棒球吗? B: 真不错，星期六吗? A: 星期六我好像不行。星期天怎么样? B: 好，没问题。 / A: Cuối tuần đi xem bóng chày không? B: Được đấy. Thứ bảy à? A: Thứ bảy tôi kẹt một chút. Chủ nhật thì sao? B: Vâng, được.

Topic 15

年月日（ねんがっぴ）2・季節（きせつ）

Dates 2 & Seasons / 年月日2・季节 /

Ngày tháng năm 2 – Mùa

No. 541-570

541 □ ～月 ～がつ 🔊167

1月	2月	3月	4月	5月
いちがつ	にがつ	さんがつ	しがつ	ごがつ
6月	7月	8月	9月	10月
ろくがつ	しちがつ	はちがつ	くがつ	じゅうがつ
11月	12月			
じゅういちがつ	じゅうにがつ			

542 □？ 何月 なんがつ

543 □ ～日① ～にち 🔊168

1日	ついたち	17日	じゅうしちにち
2日	ふつか	18日	じゅうはちにち
3日	みっか	19日	じゅうくにち
4日	よっか	20日	はつか
5日	いつか	21日	にじゅういちにち
6日	むいか	22日	にじゅうににち
7日	なのか	23日	にじゅうさんにち
8日	ようか	24日	にじゅうよっか
9日	ここのか	25日	にじゅうごにち
10日	とおか	26日	にじゅうろくにち
11日	じゅういちにち	27日	にじゅうしちにち
12日	じゅうににち	28日	にじゅうはちにち
13日	じゅうさんにち	29日	にじゅうくにち
14日	じゅうよっか	30日	さんじゅうにち
15日	じゅうごにち	31日	さんじゅういちにち
16日	じゅうろくにち		

544 □？ 何日① なんにち

🔊 169

545 □ ～年① ～ねん

1995年　せんきゅうひゃくきゅうじゅうごねん
2001年　にせんいちねん
2024年　にせんにじゅうよねん

546 □ ？　何年　なんねん

🔊 170

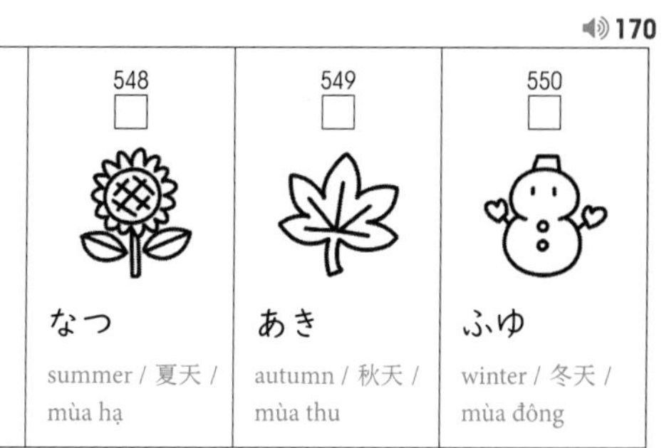

547 □	548 □	549 □	550 □
はる	なつ	あき	ふゆ
spring / 春天 / mùa xuân	summer / 夏天 / mùa hạ	autumn / 秋天 / mùa thu	winter / 冬天 / mùa đông

🔊 171

551 □ あつい①　　hot / 热 / nóng

552 □ さむい　寒い　　cold / 冷 / lạnh

553 □ あたたかい①　　warm / 温暖 / ấm

554 □ すずしい　　cool / 凉快 / mát

172

A：アンさん、たんじょうびは　いつですか。
B：１月１２日（いちがつじゅうににち）です。

555 たんじょうび

N birthday / 生日 / ngày sinh nhật

～がつ　～月

Suf. ~ month / ～月 / tháng ~

～にち／～か①　～日

Suf. ~day (date) / ～日 / ngày ~

A: Anne, when is your birthday? B: It's January 12th. / A: Anne你的生日是什么时候? B: 1月12日。 / A: An à, sinh nhật của bạn là khi nào vậy? B: Ngày 12 tháng 1.

173

A：けんとさんの　たんじょうびは　何月（なんがつ）　何日（なんにち）ですか。
B：９月（くがつ）　１日（ついたち）です。

なんがつ　何月

N what month / 几月 / tháng mấy

なんにち①　何日

N what day / 几日(几号) / ngày mấy

A: Kento, what month and day is your birthday? B: It's September 1st. / A: Kento的生日是几月几号? B: 9月1号。 / A: Ngày sinh nhật của Kento là ngày mấy tháng mấy nhỉ? B: Ngày 1 tháng 9.

174

A：７月１７日（しちがつじゅうしちにち）は　休み（やす）ですね。何（なん）の　日（ひ）ですか。
B：ああ、海（うみ）の　日（ひ）です。

556 ひ　日

N day / 日子 / ngày

A: July 17 is a holiday, isn't it? What day is it? B: Oh, it's Marine Day. / A: 7月17日是假日，是什么日子? B: 啊～是大海节(海洋日)。 / A: Ngày 17 tháng 7 nghỉ. Ngày gì vậy nhỉ? B: À, là ngày của biển.

175

A：金曜日は…、2月14日ですね。
B：ええ。あ！バレンタインデーですね。

557 バレンタインデー

N Valentine's Day / 情人节 / ngày lễ Tình nhân

A: So Friday is ... February 14th. B: Yes. Oh! It's Valentine's Day. / A: 星期五是…2月14日。 B: 诶。啊！是情人节。 / A: Thứ Sáu là …. ngày 14 tháng 2 nhỉ. B: Hả, à! Là ngày lễ Tình nhân.

176

A：今年は、えーと、何年ですか。
B：2024年です。

なんねん　何年

N what year / 几年 / năm mấy

~ねん①　~年

Suf. the year ~ / ~年 / năm ~

A: So this year … Wait, what year is it? B: It's 2024. / A: 今年是，嗯～几年来着？ B: 2024年。 / A: Năm nay là, để xem, năm mấy nhỉ? B: Năm 2024.

177

A：ほっかいどうは　どうでしたか。
B：とても　寒かったです。

558 ほっかいどう

N Hokkaido / 北海道 / Hokkaido

さむい　寒い

イ cold / 冷 / lạnh

A: How was Hokkaido? B: It was very cold. / A: 北海道怎么样？ B: 非常冷。 / A: Hokkaido thế nào? B: Lạnh lắm.

178

A：オーストラリアは　今(いま)　なつですか。
B：ええ、そうです。クリスマスも　あついですよ。

559 オーストラリア

N Australia / 澳洲 / Úc

なつ

N summer / 夏天 / mùa hè

560 クリスマス

N Christmas / 圣诞节 / Giáng sinh, Nô-en

あつい①

イ hot (temperature) / 热 / nóng

A: Is it summer in Australia now? B: Yes, that's right. Christmas is hot there, too. / A: 澳洲现在是夏天吗？ B: 嗯，是的。圣诞节也很热。 / A: Úc bây giờ là mùa hè phải không? B: Vâng, đúng vậy. Giáng sinh cũng nóng lắm.

179

A：あたたかく　なりましたね。
B：ええ。はるですね。

あたたかい①

イ warm (temperature) / 暖和 / ấm, ấm áp

561 なる

V1-I become / 变 / trở nên

はる

N spring / 春天 / mùa xuân

A: It's become warmer. B: Yes. Spring has arrived. / A: 变暖和了耶。 B: 嗯，春天了。 / A: Trời trở nên ấm rồi nhỉ. B: Ừ, xuân rồi nhỉ.

180

A：もうすぐ　あきですね。
B：ええ。だんだん　すずしく　なりますね。

562 もうすぐ
Adv. almost / 快要 / sắp, sắp sửa

あき
N fall (autumn) / 秋天 / mùa thu

563 だんだん
Adv. gradually / 渐渐 / dần dần

すずしい
イ cool / 凉快 / mát mẻ, mát

A: It's almost fall, isn't it? B: Yes. It's gradually getting cooler. / A: 快要秋天了。 B: 嗯。渐渐凉快了。 / A: Sắp đến mùa thu rồi nhỉ. B: Ừ, trời dần dần mát mẻ rồi.

181

A：どのぐらい　にほんごを　べんきょうしましたか。
B：国(くに)で　1年(いちねん)　ぐらい　べんきょうしました。アンさんは？
A：私(わたし)は　6か月(ろっかげつ)　ぐらいです。

564 ～ねん②　～年 ➡ p.240
Suf. ~ years / ～年 / ~ năm

565 ～かげつ　～か月 ➡ p.240
Suf. ~ months / ～个月 / ~ tháng

A: How long have you studied Japanese? B: I studied it for about one year before coming to Japan. You? A: About 6 months. / A: 你学日语大概多久了？ B: 在祖国学了1年左右。Anne呢？ A: 我6个月左右。 / A: Bạn đã học tiếng Nhật khoảng bao lâu? B: Tôi đã học ở nước của tôi khoảng 1 năm. Còn An? A: Tôi thì khoảng 6 tháng.

182

A：ノアさんの　国で、　学校の　なつ休みは　いつですか。
B：6月20日ごろから　7月までです。6週間　ぐらいです。

566 なつやすみ　なつ休み

N summer break / 暑假 / kỳ nghỉ hè

567 ～しゅうかん　～週間 ➡ p.240

Suf. ~ weeks

A: Noah, in your country, when is summer break? B: From around June 20 to the end of July. About 6 weeks. / A: Noah在你的国家，学校是什么时候放暑假？ B: 大概从6月20日左右放到7月底，6个星期左右。 / A: Trường ở nước của Noah thì nghỉ hè khi nào? B: Từ khoảng ngày 20 tháng 6 đến tháng 7. Khoảng 6 tuần.

183

A：ふゆ休みは　何日　ありますか。
B：10日　ぐらい　あります。

568 ふゆやすみ　ふゆ休み

N winter break / 寒假 / kỳ nghỉ đông

569 なんにち②　何日

N how many days (how long) / 几天 / mấy ngày

570 ～にち／か②　～日 ➡ p.240

Suf. ~ days / ~天 / ~ ngày

A: How long is winter break? B: It's about 10 days. / A: 寒假放几天？ B: 大概有10天左右。 / A: Kỳ nghỉ đông được mấy ngày? B: Khoảng 10 ngày.

Topic 16

家族 1

か　ぞく

Family 1 / 家人1 / Gia đình 1

No. 571-603

覚(おぼ)えよう！ Memorize These Words / 要记住 / Hãy ghi nhớ

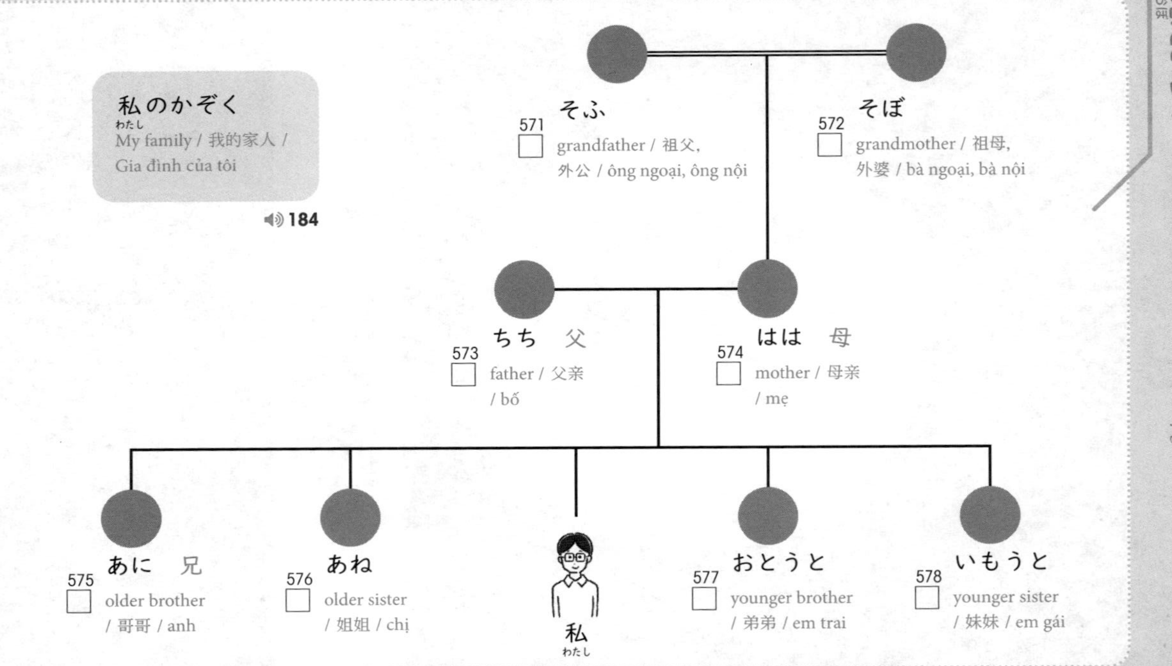

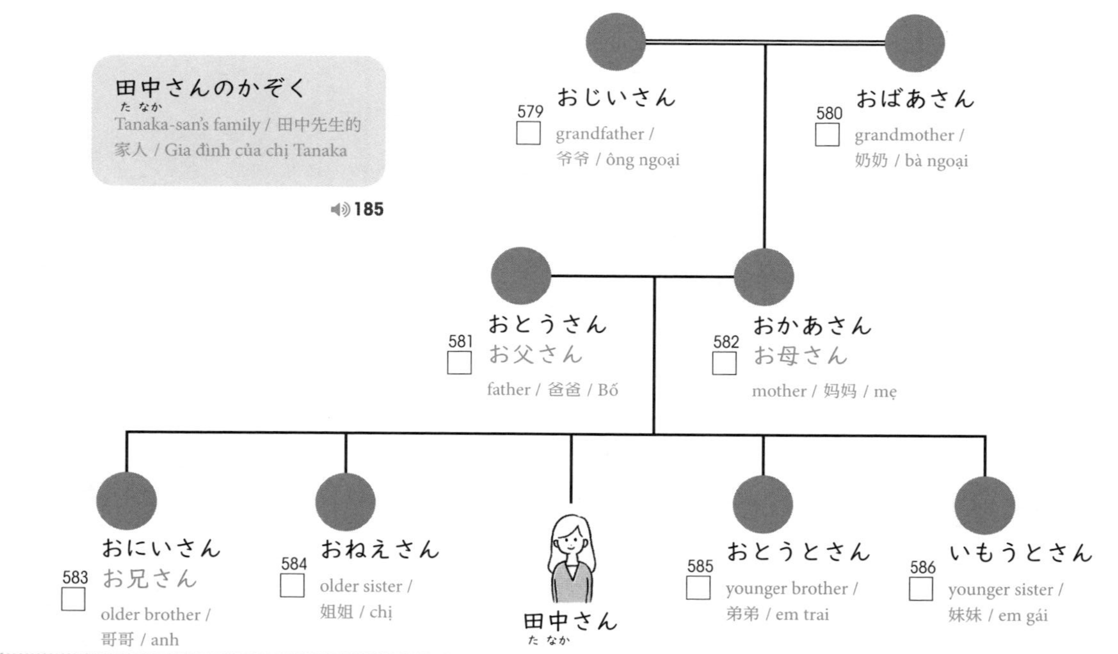
田中さんのかぞく
たなか
Tanaka-san's family / 田中先生的家人 / Gia đình của chị Tanaka
185
579 おじいさん
grandfather / 爷爷 / ông ngoại
580 おばあさん
grandmother / 奶奶 / bà ngoại
581 おとうさん
お父さん
father / 爸爸 / Bố
582 おかあさん
お母さん
mother / 妈妈 / mẹ
583 おにいさん
お兄さん
older brother / 哥哥 / anh
584 おねえさん
older sister / 姐姐 / chị
田中さん
たなか
585 おとうとさん
younger brother / 弟弟 / em trai
586 いもうとさん
younger sister / 妹妹 / em gái

🔊186

587 □ ～人　～にん

1人　ひとり

2人　ふたり

3人　さんにん

4人　よにん

5人　ごにん

6人　ろくにん

7人　ななにん／しちにん

8人　はちにん

9人　きゅうにん／くにん

10人　じゅうにん

588 □ ？　何人　なんにん

A：アンさん、かぞくは　何人(なんにん)ですか。
B：3人(さんにん)です。父(ちち)と　母(はは)と　私(わたし)です。

589 かぞく

N family / 家人(家族) / gia đình

なんにん　何人

N how many people / 几个人 / mấy người

～にん　～人

Suf. ~nin (counter for people) / ～人 / ~ người

ちち　父

N father / 父亲(爸爸) / bố (của tôi)

はは　母

N mother / 母亲(妈妈) / mẹ (của tôi)

A: Anne, how many people are there in your family? B: Three people. My father, my mother, and me. / A: Anne，你家族有几个人？ B: 3个人。父亲母亲和我。 / A: Gia đình An có mấy người? B: 3 người. Bố, mẹ và tôi.

A：けんとさん、きょうだいが　いますか。
B：はい。あねと　いもうとが　います。

590 きょうだい

N sibling / 兄弟姐妹 / anh chị em

あね

N older sister / 姐姐 / chị (của tôi)

いもうと

N younger sister / 妹妹 / em gái (của tôi)

A: Kento, do you have any siblings? B: Yes. I have an older sister and a younger sister. / A: Kento，你有兄弟姐妹吗？ B: 有。有姐姐和妹妹。 / A: Kento có anh chị em không? B: Có, tớ có chị và em gái.

🔊189

A：これ、だれですか。

B：兄(あに)です。

あに　兄

N older brother / 哥哥 / anh (của tôi)

A: Who is this? B: My older brother. / A: 这是谁？ B: 是我哥哥。 / A: Đây là ai vậy? B: Anh tôi.

🔊190

A：これ、お兄(にい)さんですか。

B：いえ、おとうとです。

おにいさん　お兄さん

N (your/someone's) older brother / 哥哥 / anh (khi nói về anh của người khác)

おとうと

N younger brother / 弟弟 / em trai (của tôi)

A: Is this your older brother? B: No, it's my younger brother. / A: 这是你哥哥吗？ B: 不是，是我弟弟。 / A: Đây là anh của bạn à? B: Không, là em trai.

🔊191

A：おとうとさんも　学生(がくせい)ですか。

B：ええ。おおさか大学(だいがく)の　りゅうがくせいです。

おとうとさん

N (your/someone's) younger brother / 弟弟 / em trai (khi nói về em trai của người khác)

591 □ がくせい　学生

N student / 学生 / sinh viên

592 おおさか

N Osaka (city in Japan) / 大阪 / Osaka

593 りゅうがくせい

N international student / 留学生 / du học sinh

A: Is your younger brother also a student? B: Yes. He's an international student at Osaka University. / A: 你弟弟也是学生吗? B: 嗯，是大阪大学的留学生。 / A: Em trai của bạn cũng là sinh viên à? B: Vâng, là du học sinh của trường đại học Osaka.

192

A：お父さん(とう)は　何(なに)を　して　いますか。
B：いしゃです。

おとうさん　お父さん

N (your/someone's) father / 父亲(爸爸) / bố (khi nói về bố của người khác)

594 いしゃ

N doctor / 医生 / bác sĩ

A: What does your father do? B: He's a doctor. / A: 你父亲是做什么的? B: 是医生。 / A: Bố của bạn làm gì? B: Là bác sĩ.

193

A：おねえさんは　何(なん)さいですか。
B：２７(にじゅうなな)さいです。

おねえさん

N (your/someone's) older sister / 姐姐 / chị (khi nói về chị của người khác)

595 なんさい　何さい

N how old / 几岁 / mấy tuổi

596 ～さい ➡p.238

Suf. ~ years old / ～岁 / ~ tuổi

A: How old is your older sister? B: She's 27 years old. / A: 你姐姐几岁? B: 27岁。 / A: Chị của bạn mấy tuổi? B: 27 tuổi.

🔊194

A：ノアさんの　おじいさんは　おいくつですか。

B：68(ろくじゅうはっ)さいです。

おじいさん

N (your/someone's) grandfather / 爷爷, 外公 / ông

597 (お)いくつ②

N how old (polite) / 贵庚 / mấy tuổi, bao nhiêu tuổi

A: Noah, how old is your grandfather? B: He's 68. / A: Noah，你爷爷贵庚？ B: 68岁。 / A: Ông của Noah bao nhiêu tuổi? B: 68 tuổi.

🔊195

A：お父(とう)さんと　お母(かあ)さんと　おばあさんですね。

B：はい。りょうしんと　そぼです。

おかあさん　お母さん

N (your/someone's) mother / 母亲(妈妈) / mẹ (khi nói về mẹ của người khác)

おばあさん

N (your/someone's) father / 奶奶, 外婆 / bà (khi nói về bà của người khác)

598 りょうしん

N parents / 父母, 双亲 / cha mẹ

そぼ

N grandmother / 祖母 / bà (của tôi)

A: So it's your father, your mother, and your grandmother, right? B: Yes. My parents and my grandmother. / A: 是父亲母亲和奶奶是吗？ B: 是的。父母和祖母。 / A: Là bố, mẹ và bà của bạn nhỉ. B: Ừ, là cha mẹ và bà của tôi.

196

A：いもうとさんの　しごとは　何（なん）ですか。
B：かいしゃいんです。

いもうとさん

N (your/someone's) younger sister / 妹妹 / em gái (khi nói về em gái của người khác)

599 かいしゃいん

N company employee / 上班族 / nhân viên công ty

A: What does your younger sister do for work? B: She's a company employee. / A: 你妹妹在做什么工作？ B: 上班族。 / A: Công việc của em gái bạn là gì? B: Nhân viên công ty.

197

A：家（いえ）に　ペット、いますか。
B：はい。犬（いぬ）が　2（に）ひき　います。

600 ペット

N pet / 宠物 / thú cưng, vật nuôi

601 いぬ　犬

N dog / 狗 / chó, con chó

602 ～ひき ➡p.236

Suf. ~hiki (counter for animals) / ～只 / ~ con

A: Do you have any pets at home? B: Yes. We have two dogs. / A: 家里有养宠物吗？ B: 有，有两只狗。 / A: Nhà bạn có thú cưng không? B: Có, có 2 con chó.

198

A：にわに　ねこが　いますね。
B：ああ。いつも　来（く）る　ねこです。

603 ねこ

N cat / 猫 / mèo, con mèo

A: There's a cat in the garden. B: Oh. That cat is always coming around. / A: 庭院有猫耶。 B: 啊～那只猫每次都来。 / A: Ngoài vườn có con mèo nhỉ. B: À, là con mèo thường đến.

Topic 17

プレゼント

Presents / 礼物 / Quà tặng

No. 604-639

199

A：さくらさんの　たんじょうびに　何(なに)を　あげますか。

B：ハンカチを　あげます。

604 あげる

V2-T give / 送(给) / cho, tặng

A: What are you giving Sakura for her birthday? B: I'm giving her a handkerchief. / A: Sakura生日你要送她什么？ B: 我送手帕给她。 / A: Sinh nhật của Sakura, cậu tặng gì? B: Tôi tặng khăn tay.

200

A：プレゼントは　何(なに)を　もらいましたか。

B：友(とも)だちに　おいしい　おかしを　もらいました。

605 プレゼント[する]

N V3-T present, give a present / 礼物[送礼] / quà tặng, tặng quà

606 もらう

V1-T get, receive / 收到, 送我 / nhận

A: Did you receive any presents? B: I got some delicious candy from my friend. / A: 你收到什么礼物？ B: 朋友送我好吃的零食。 / A: Bạn đã nhận quà gì? B: Tôi đã được bạn tặng bánh ngon lắm.

201

A：かわいい　けしゴムですね。

B：いもうとが　くれました。

607 くれる

V2-T give / 给我 / (ai đó) tặng, cho (tôi)

A: That's a cute eraser. B: My sister gave it to me. / A: 好可爱的橡皮擦。 B: 是我妹妹给我的。 / A: Cục tẩy dễ thương quá. B: Em gái cho tôi đấy.

202

A：きのう、何(なに)　しましたか。

B：けんとさんと　会(あ)って、きっさてんで　話(はな)しました。

608 あう　会う

V1-I meet / 见面 / gặp

609 はなす　話す

V1-T speak, talk / 聊天, 说话 / nói chuyện

A: What did you do yesterday? B: I met with Kento, and we talked at the café. / A: 昨天你做了什么？ B: 我和Kento见面，在咖啡厅聊天。 / A: Hôm qua bạn đã làm gì? B: Tôi đã gặp Kento và nói chuyện ở quán nước.

203

A：それ、何(なん)ですか。

B：さくらさんに　かりた　まんがです。とても　おもしろいです。

610 かりる

V2-T borrow / 借 / mượn, vay

A: What is that? B: A manga book I borrowed from Sakura. It's really interesting. / A: 那是什么？ B: 跟Sakura借的漫画。非常有趣。 / A: Đó là gì vậy? B: Là quyển truyện tranh tôi đã mượn của Sakura. Hay lắm.

204

A：かさ、かしますよ。どうぞ。

B：すみません。明日(あした)、かえします。

611 かす

V1-T lend, loan / 借 / cho mượn, cho vay

612 かえす

V1-T return (something) / 还 / trả lại

A: I'll lend you an umbrella. Here you go. B: Thanks. I'll return it tomorrow. / A: 我借你伞，请用。 B: 不好意思，明天还你。 / A: Cho cậu mượn dù đấy. Cứ tự nhiên. B: Xin lỗi, mai tớ trả nhé.

205

A：どんな　アルバイトを　していますか。

B：日本人(にほんじん)の　子(こ)どもに　えいごを　教(おし)えています。

613 ～じん　～人

Suf. ~ people (nationality) / ～人 / ~ người

614 こども　子ども

N child, children / 孩子 / trẻ con, trẻ em

615 えいご

N English / 英语 / tiếng Anh

616 おしえる① 教える

V2-T teach / 教 / dạy

A: What kind of part-time work do you do? B: I teach English to Japanese children. / A: 你在做什么兼职？ B: 我在教日本人的孩子英语。 / A: Bạn đang làm thêm việc gì? B: Dạy tiếng Anh cho trẻ em người Nhật.

206

A：フランス ごを　ならいましたか。

B：はい。学校(がっこう)で　6年(ろくねん)ぐらい　ならいました。

617 フランス

N France / 法国 / Pháp

618 ～ご

Suf. ~ language / ～语 / tiếng ~

619 ならう

V1-T learn / 学 / học

A: Did you learn the French language? B: Yes. I studied it at school for about 6 years. / A: 你有学过法语吗？ B: 是的。我在学校学了6年左右。 / A: Bạn đã học tiếng Pháp à? B: Vâng, tôi đã học khoảng 6 năm ở trường.

207

A：ノアさん、来(き)ませんね。

B：あ、私(わたし)、電話(でんわ)を　かけます。

620 かける①

V2-T (phone) call / 打 / gọi điện

A: Noah hasn't arrived yet. B: Oh, I'll call him. / A: Noah不来耶。 B: 啊，我打电话给他看看。 / A: Noah chưa đến nhỉ. B: À, để tôi gọi điện.

208

A：かんこくの　おみやげです。どうぞ。

B：わあ、どうも。

A：これは、さくらさんに　わたして　ください。

621 かんこく

N South Korea / 韩国 / Hàn Quốc

622 おみやげ

N souvenir / 伴手礼 / quà đặc sản

623 わたす

V1-T hand over, pass on / 交给 / trao, đưa

A: It's a souvenir from South Korea. Here you go. B: Hey, thanks. A: Please pass on this one to Sakura. / A: 这是韩国的伴手礼，请。 B: 哇～！谢谢。 A: 请把这个交给Sakura。 / A: Đây là quà đặc sản Hàn Quốc. Cậu cầm đi. B: Ôi, cảm ơn nhé. A: Cậu đưa cái này cho Sakura nhé.

209

A：おきなわの　本(ほん)ですか。

B：はい。きれいですから、母(はは)に　見(み)せたいです。

624 おきなわ

N Okinawa (city in Japan) / 冲绳 / Okinawa

625 みせる　見せる

V2-T show / 给～看 / cho xem

A: Is it a book about Okinawa? B: Yes. It's so beautiful, I want to show it to my mother. / A: 这是冲绳的书（写真集）吗？ B: 是的。因为好美，我好想给妈妈看。 / A: Sách của Okinawa à? B: Ừ, đẹp quá nên tôi muốn cho mẹ tôi xem.

210

A：パーティーに　友(とも)だちを　つれていっても　いいですか。
B：はい。ぜひ　つれてきて　ください。

626 つれていく

V1-T take (someone) / 带～去 / dẫn đi

627 つれてくる

V3-T bring (someone) / 带～来 / dẫn đến

A: Can I take my friend to the party? B: Of course. Please bring your friend. / A: 我可以带朋友去派对吗？ B: 可以。一定要带来哦。 / A: Tôi dẫn bạn đến bữa tiệc được không? B: Được, nhất định hãy dẫn đến nhé.

211

A：すみません。
　　ちょっと　まって　ください。
B：はい。

628 まつ

V1-T wait / 等 / chờ, đợi

A: I'm sorry. Could you wait a moment?B: Okay. / A: 不好意思，请稍等。 B: 好的。 / A: Xin lỗi, vui lòng chờ một chút. B: Vâng.

212

A：ちょっと　聞(き)いても　いいですか。
B：ええ。
A：この　薬(くすり)の　飲(の)みかたを　教(おし)えてください。

629 きく② 聞く
V1-T ask / 问 / hỏi

630 ～かた
Suf. how, way to ~ / ～法 / cách ~

631 おしえる② 教える
V2-T tell / 告诉 / nói, chỉ

A: May I ask you something? B: Yes. A: Can you tell me how to take this medicine? / A: 我可以问一下吗？ B: 可以。 A: 可以告诉我这个药的吃法吗？ / A: Tôi hỏi một chút được không ạ? B: Vâng. A: Vui lòng chỉ tôi cách uống thuốc này.

213

A：だいじょうぶですか。てつだいましょうか。
B：あ、ありがとうございます。

632 てつだう
V1-T help / 帮忙 / giúp, giúp đỡ

A: Are you okay? Can I help you? B: Oh, thank you. / A: 没事吗？ 要我帮忙吗？ B: 啊，谢谢你。 / A: Bạn ổn không? Tôi giúp một tay nhé. B: À, cảm ơn.

214

A：しゃしんを　メールで　おくって　ください。
B：はい、わかりました。

633 メール[する]
N V3-T email, email / 邮件[发邮件] / e-mail, gửi e-mail

634 おくる

V1-T send / 发 / gửi

635 わかりました

Phr. I understand / 知道了 / đã hiểu

A: Please send me the photo by email. B: Yes, I understand. / A: 照片请用邮件发来。 B: 好，我知道了。 / A: Em hãy gửi ảnh bằng e-mail. B: Vâng, em hiểu rồi ạ.

215

A：今(いま) ほしい 物(もの)は 何(なん)ですか。
B：そうですね…。新(あたら)しい れいぞうこが ほしいです。

636 ほしい

イ want / 想要 / muốn có

637 もの 物

N thing / 东西 / đồ, vật, thứ

A: Are there any things you want right now? B: Well ... I want a new refrigerator. / A: 现在你最想要什么东西? B: 嗯…。我想要新的冰箱。 / A: Bây giờ bạn muốn có thứ gì? B: Để xem…, tôi muốn có tủ lạnh mới.

216

A：あの、けんとさん、いますか。
B：えーと、今(いま) いませんが…。
A：じゃ、また あとで 来(き)ます。

638 また

Adv. again / 再 / lại, lại nữa

639 あとで

Adv. later / 等一下(稍后) / để sau

A: Um, is Kento there? B: Actually, he's not here right now ... A: Okay, I'll come back again later. / A: 请问…Kento在吗? B: 额…现在不在哦… A: 那我等一下再来。 / A: Xin lỗi, có Kento ở đây không ạ? B: À, giờ không có nhưng.. A: Vậy để sau tôi lại đến nữa ạ.

Topic 18

レストラン 2

Restaurants 2 / 餐厅2 / Nhà hàng 2

No. 640-699

217

640	たべもの	食べ物	food / 食物 / món ăn, đồ ăn
641	とりにく	とり肉	chicken / 鸡肉 / thịt gà
642	ぶたにく	ぶた肉	pork / 猪肉 / thịt heo
643	ぎゅうにく	牛肉	beef / 牛肉 / thịt bò
644	りんご		apple / 苹果 / táo
645	みかん		mandarin orange / 橘子 / quýt
646	バナナ		banana / 香蕉 / chuối
647	すいか		watermelon / 西瓜 / dưa hấu
648	メロン		melon / 哈密瓜 / dưa lưới
649	(お)すし		sushi / 寿司 / sushi
650	ラーメン		ramen / 拉面 / mì ramen
651	パスタ		pasta / 意面 / pasta, nuôi, mì của Ý
652	スパゲティ		spaghetti / 意大利面 / mì Ý
653	ぎゅうどん		gyudon (beef bowl) / 牛肉盖饭 / cơm thịt bò xào
654	なっとう		natto (fermented soybeans) / 纳豆 / natto (đậu lên men)

🔊218

No.	Word	Meaning
655	チョコレート	chocolate / 巧克力 / sô-cô-la
656	アイスクリーム	ice cream / 冰淇淋 / kem
657	あめ①	candy / 糖果 / kẹo
658	さとう	sugar / 糖 / đường
659	しお	salt / 盐 / muối
660	しょうゆ	soy sauce / 酱油 / nước tương
661	バター	butter / 黄油 / bơ

🔊219

No.	Word	Meaning
662	あまい	sweet / 甜 / ngọt
663	からい	hot, spicy / 辣 / cay

220

664 あつい② hot / 烫 / nóng

665 あたたかい② warm / 热 / ấm

666 つめたい cold / 冰 / lạnh

221

667 はし① chopsticks / 筷子 / đũa

668 スプーン spoon / 汤勺 / muỗng, thìa

669 フォーク fork / 叉子 / nĩa

670 ナイフ knife / 刀 / dao

671 (お)さら dish, plate / 盘子 / dĩa

672 グラス glass / 杯子(玻璃杯) / ly

673 カップ cup / 杯子 / cốc

674 コップ cup / 杯子 / tách (có tay cầm), ca

222

A：好き(す)な　食べ物(たもの)は　何(なん)ですか。
B：ラーメンです。おすしも　好き(す)です。

たべもの　食べ物

N food / 食物 / món ăn, đồ ăn

ラーメン

N ramen / 拉面 / mì ramen

(お)すし

N sushi / 寿司 / sushi

A: What's your favorite food? B: Ramen. I also like sushi. / A: 你喜欢什么食物。 B: 拉面，我也喜欢寿司。 / A: Món ăn yêu thích của bạn là gì? B: Mì ramen. Tôi cũng thích cả sushi.

223

A：きらいな　食べ物(たもの)は　ありますか。
B：すいかと　なっとうは　あまり　好き(す)じゃないです。

すいか

N watermelon / 西瓜 / dưa hấu

なっとう

N natto (fermented soybeans) / 纳豆 / natto (món đậu lên men)

A: Are there any foods you don't like? B: I don't really like watermelon or natto. / A: 有讨厌的食物吗？ B: 我不太喜欢西瓜和纳豆。 / A: Bạn có món gì mà bạn ghét không? B: Tôi không thích dưa hấu và natto lắm.

224

A：くだものの 中(なか)で 何(なに)が いちばん 好(す)きですか。
B：みかんが いちばん 好(す)きです。

675 いちばん

Adv. most / 最 / nhất

みかん

N mandarin orange / 橘子 / quýt

A: What fruit do you like the most? B: Mandarin oranges are my favorite. / A: 在水果当中你最喜欢什么？ B: 我最喜欢橘子。 / A: Trong các loại trái cây, bạn thích trái gì nhất? B: Tôi thích quýt nhất.

225

A：とり肉(にく)と ぶた肉(にく)と、どちらが いいですか。
B：とり肉(にく)が いいです。

とりにく　とり肉

N chicken / 鸡肉 / thịt gà

ぶたにく　ぶた肉

N pork / 猪肉 / thịt heo

676 どちら②

N which (between two) / 哪一个 / cái nào

677 ＋どっち①

N which (casual form of どちら) / 哪边（比「どちら」更随和的说法） / cái nào (cách nói thân mật của "どちら")

A: Which do you prefer, chicken or pork? B: I prefer chicken. / A: 鸡肉和猪肉你喜欢哪一个？ B: 我喜欢鸡肉。 / A: Thịt gà và thịt heo, loại nào thì được? B: Thịt gà hơn.

226

A：あまい　物(もの)を　食(た)べますか。
B：はい。チョコレートを　毎日(まいにち)　食(た)べます。

あまい

イ sweet / 甜 / ngọt

チョコレート

N chocolate / 巧克力 / sô-cô-la

A: Do you eat sweet stuff? B: Yes. I have chocolate every day. / A: 你吃甜食吗?　B: 吃。我每天都吃巧克力。 / A: Bạn có ăn đồ ngọt không? A: Có, tôi ăn sô-cô-la mỗi ngày.

227

A：ノアさんは　おさけを　飲(の)みますか。
B：はい。ビールと　ワインが　好(す)きです。

678 ビール

N beer / 啤酒 / bia

679 ワイン

N wine / 红酒 / rượu vang

A: Noah, do you drink alcohol? B: Yes. I like beer and wine. / A: Noah你喝酒吗?　B: 喝。我喜欢啤酒和红酒。 / A: Noah có uống rượu không? B: Có, tôi thích bia và rượu vang.

228

A：おなかが　すきましたね。
B：ええ。はやく　たべたいです。

680 おなかが　すく

V1-I be hungry / 肚子饿 / đói bụng

681 はやく

Adv. soon / 赶快 / nhanh, sớm, mau

A: I'm hungry. Aren't you? B: Yes. I want to eat soon. / A: 肚子饿了。 B: 嗯，想赶快吃饭。 / A: Đói bụng rồi nhỉ. B: Ờ, muốn sớm được ăn ghê.

A：いろいろな　りょうりが　ありますね。どれに　しますか。
B：私(わたし)は　パスタに　します。

682 いろいろな

ナ various / 各式各样的 / đủ thứ, nhiều loại

683 どれ

N which (among three or more) / 哪一种 / cái nào

684 する②

V3-I choose / 要 / quyết định, chọn

パスタ

N pasta / 意面 / pasta, nuô, mì của Ý

A: There are various dishes here. Which will you choose? B: I'll go for the pasta. / A: 有各式各样的料理耶。你要哪个？ B: 我要意面。 / A: Có nhiều món nhỉ. Bạn chọn món nào? B: Tôi chọn món pasta.

A：どの　カレーが　いいですか。
B：からいのが　いいです。

685 どの

Adnom. what kind, which / 哪个 / ~ nào

からい

イ hot, spicy / 辣 / cay

A: What kind of curry do you prefer? B: I like it spicy. / A: 你要哪个咖喱？ B: 我喜欢辣的。 / A: Bạn thích cà ri nào? B: Tôi thích loại cay.

231

A：飲み物(のもの)は　何(なん)に　しますか。

B：りんご　ジュースに　します。

686 □ のみもの　飲み物

N beverage, drink / 饮料 / thức uống, đồ uống

りんご

N apple / 苹果 / táo, quả táo

A: Which drink will you have? B: I'll have the apple juice. / A: 你要什么饮料？　B: 我要苹果汁。 / A: Bạn chọn thức uống gì? B: Tôi chọn nước táo ép.

232

A：こうちゃに　さとうを　入(い)れますか。

B：はい。

さとう

N sugar / 糖 / đường

687 □ いれる　入れる

V2-T put in / 加 / cho vào

A: Do you put sugar in your tea? B: Yes. / A: 你红茶加糖吗？　B: 加。 / A: Bạn có cho đường vào hồng trà không? B: Có.

233

A：アイスクリーム、ありますか。

B：えーと…。ないですね。

アイスクリーム

N ice cream / 冰淇淋 / kem

688 ない

イ don't have / 没有 / không có

A: Do they have any ice cream? B: Um ... No, they don't. / A: 有冰淇淋吗？ B: 嗯…。没有哦。 / A: Có kem không? B: À à…không có.

234

A：すみません。おさらを　1まいと、グラスを　一つ、おねがいします。
B：かしこまりました。

(お)さら

N plate / 盘子 / dĩa, cái đĩa

グラス

N glass / 杯子(玻璃杯) / ly, cái ly

689 かしこまりました

Phr. certainly (in response to a request, etc.) / 好的 / tôi đã hiểu rồi ạ

A: Excuse me. Could you please bring us one more plate and another glass? B: Certainly. / A: 不好意思，请给我一个盘子，还有一个杯子。 B: 好的。 / A: Xin lỗi cho tôi xin 1 cái dĩa, và 1 cái ly. B: Tôi đã hiểu rồi ạ

235

A：もう　1ぱい　いかがですか。
B：あ、いえ、けっこうです。

690 もう～

Adv. another, more / 再～ / thêm ~

691 けっこうです

Phr. it's fine, it's okay / 不用客气 / được, đủ rồi

A: How about another glass? B: No, I'm good. / A: 再一杯怎么样？ B: 啊，不，不用客气。 / A: Thêm 1 ly nữa nhé? B: À, không, tôi đủ rồi.

236

A：お茶(ちゃ)を　ください。
B：はい。あたたかいの　ですか。
A：あ、つめたいの、おねがいします。

あたたかい②

イ hot (things) / 热 / ấm, nóng

つめたい

イ cold (things) / 冷 / lạnh

A: I'd like some tea, please. B: Yes. You'd like it hot? A: Actually, I'd prefer it cold. / A: 请给我茶。 B: 好的，要热的吗？ A: 啊，请给我冷的。 / A: Cho tôi nước trà. B: Vâng, trà nóng ạ? A: À, cho tôi trà lạnh.

237

A：ケーキ、ぜんぶ　食(た)べましたか。
B：いえ。はんぶん　だけ　食(た)べました。

692 ぜんぶ

N all, entire / 全部 / tất cả, toàn bộ

693 はんぶん

N half / 一半 / một nửa

694 ～だけ

Suf. only ~ / ～而已 / chỉ ~

A: Did you eat the entire cake? B: No. I only ate half. / A: 蛋糕全部都吃完了吗？ B: 没有，我吃了一半而已。 / A: Bánh kem á, bạn đã ăn hết tất cả rồi à? B: Không, chỉ ăn một nửa thôi.

238

A：たくさん　食(た)べましたね。
B：ええ。おなかが　いっぱいです。

695 おなか(が)　いっぱい

Phr. full (stomach) / 肚子好饱 / no, no bụng

A: We ate a lot, didn't we? B: Yes. I'm so full. / A: 你吃了好多。 B: 对呀。肚子好饱。 / A: Chúng ta ăn nhiều nhỉ. B: Ờ, no quá.

239

A：こんばんは 体(からだ)に いい 物(もの)を 食(た)べたいです。

B：そうですね。

696 からだに いい 体に いい

イ healthy / 对身体好 / tốt cho sức khỏe, cơ thể

697 + からだに わるい 体に わるい

イ unhealthy / 对身体不好 / không tốt cho sức khỏe, cơ thể

A: Tonight, I want to eat something healthy. B: Good idea. / A: 晚上好。我想吃点对身体好的东西。 B: 我也是。 / A: Tối nay tôi muốn ăn món gì tốt cho sức khỏe. B: Ừ nhỉ.

240

A：はい。レストラン「マーレ」です。

B：あ、よやくを おねがいします。土曜日(どようび)の 12時(じゅうにじ)、5人(ごにん)です。

A：あ、すみません。土曜日(どようび)の ひるは いっぱいです。

698 よやく［する］

N V3-T booking, reservation, book, reserve / 预约[预约] / sự đặt trước, đặt trước

699 いっぱい

Adv. full / 满(很多) / hết chỗ, đầy, nhiều

A: Hello. This is the restaurant Maré. B: Hi. I'd like to make a booking for Saturday at 12 noon, for 5 people. A: Oh, I'm very sorry. Saturday lunch is already full. / A: 你好。这里是餐厅"Mare"。 B: 啊，我想要预约。星期六的12点，5个人。 A: 啊，不好意思。星期六中午已经满了。 / A: Vâng, nhà hàng "Mare" nghe ạ. A: Tôi muốn đặt trước. 12 giờ thứ Bảy, 5 người. A: Thật xin lỗi. Trưa thứ Bảy hết chỗ rồi ạ.

Topic 19

家族 2

かぞく

Dates 2 & Seasons / 家人2 / Gia đình 2

No. 700-741

241

700 おっと — husband / 丈夫 / chồng (của tôi)

701 つま — wife / 妻子 / vợ (của tôi)

702 ごしゅじん — (your/someone's) husband / 先生 / chồng (cách nói về chồng của người khác)

703 おくさん — (your/someone's) wife / 内人 / vợ (cách nói về vợ của người khác)

704 むすこ — son / 儿子 / con trai

705 むすめ — daughter / 女儿 / con gái

242

706 おとこ　男 male / 男 / nam	707 おんな　女 female / 女 / nữ
708 おとこのこ　男の子 boy / 男孩子 / bé trai, cậu con trai, người con trai	709 おんなのこ　女の子 girl / 女孩子 / bé gái, cô bé, người con gái
710 おとこのひと　男の人 man / 男人 / người đàn ông	711 おんなのひと　女の人 woman / 女人 / người phụ nữ

712 しょうがくせい
小学生
elementary school student / 小学生 / học sinh tiểu học

713 しょうがっこう
小学校
elementary school / 小学 / trường tiểu học

714 ちゅうがくせい
中学生
junior high school student / 初中生 / học sinh PTCS / cấp 2

715 ちゅうがっこう
中学校
junior high school / 初中 / trường PTCS

716 こうこうせい
高校生
high school student / 高中生 / học sinh PTTH / cấp 3

717 こうこう
高校
high school / 高中 / trường PTTH, cấp 3

718 だいがくせい
大学生
college student / 大学生 / sinh viên đại học

🔊244

A：アンさん、
こちら、つまの　ゆきです。
B：あ、はじめまして。

719 こちら①

N this, this person / 这位 / đây là, người này

つま

N wife / 妻子(内人) / vợ (của tôi)

A: Anne, this is my wife, Yuki. B: Oh, it's nice to meet you. / A: Anne，这位是内人Yuki。 B: 啊，初次见面。 / A: An à, đây là vợ của tôi, Yuki. B: A, chào chị.

🔊245

A：かぞくは　何人(なんにん)ですか。
B：３人(さんにん)です。おっとと　むすめが　一人(ひとり)　います。

おっと

N husband / 丈夫(先生) / chồng (của tôi)

むすめ

N daughter / 女儿 / con gái

A: How many people in your family? B: Three of us, including my husband and our daughter. / A: 你家族有几个人？ B: 3个人，丈夫和一个女儿。 / A: Gia đình chị có mấy người? B: 3 người. Chồng và 1 đứa con gái.

246

A：あの　男の子(おとこのこ)は　だれですか。

B：私(わたし)の　むすこです。

おとこのこ　男の子

N boy / 男孩子 / bé trai, cậu con trai, người con trai

むすこ

N son / 儿子 / con trai

A: Who is that boy? B: That's my son. / A: 那个男孩子是谁？　B: 是我儿子。 / A: Cậu bé trai kia là ai vậy? B: Là con trai của tôi.

247

A：さくらさん、あの　かたは　どなたですか。

B：森川(もりかわ)さんの　ごしゅじんです。

A：外国(がいこく)の　かたですね。

720 □ かた

N person (slightly more polite than ひと) / 人(位)(比「ひと」更有礼貌的说法) / người, vị (cách nói lịch sự của "ひと")

721 □ どなた

N who (slightly more polite than だれ) / 哪位(比「だれ」更有礼貌的说法) / ai (cách nói lịch sự của "だれ")

ごしゅじん

N (your/someone's) husband / 先生 / chồng (cách nói về chồng của người khác)

722 □ がいこく　外国

N another country, foreign country / 外国 / nước ngoài

A: Sakura, who is that person? B: That's Mrs. Morikawa's husband. A: He's from another country, isn't he? / A: Sakura，那位是哪位？　B: 是森川女士的先生。A: 是外国人呀。 / A: Sakura, người kia là ai vậy? B: Là chồng của chị Morikawa. A: Là người nước ngoài nhỉ.

A：ようたさんは　大学生(だいがくせい)ですか。

B：あ、ぼくは　4月(しがつ)から　大学(だいがく)に　行(い)きます。

だいがくせい　大学生

N college student / 大学生 / sinh viên đại học

723 ぼく

N I (male, informal) / 我 / tôi (người nam nói, thân mật)

A: Yota, are you a college student? B: Well, I'm starting university in April. / A: Yota你是大学生吗？ B: 啊，我从4月开始要上大学。 / A: Yota là sinh viên đại học phải không? B: À, em sẽ đi học đại học từ tháng 4.

249

A：ももちゃんは　今(いま)、高校生(こうこうせい)ですか。

B：いえ。中学生(ちゅうがくせい)です。

724 ～ちゃん

Suf. -chan (informal endearment) / 小～(用于晚辈或者亲密朋友间的称呼) / bé ~ (cách gọi thân mật dành cho phái nữ)

こうこうせい　高校生

N high school student / 高中生 / học sinh PTTH, cấp 3

ちゅうがくせい　中学生

N junior high student / 初中生 / học sinh PTCS, cấp 2

A: Momo-chan, are you a high school student? B: No. I'm a junior high student. / A: 小Momo现在是高中生吗？ B: 不是，是初中生。 / A: Momo giờ là học sinh PTTH à? B: Không, học sinh PTCS thôi.

250

A：あの　女の子は　だれですか。
B：あ、高校の　クラスの　友だちです。

おんなのこ　女の子

N girl / 女孩子 / bé gái, cô bé, người con gái

こうこう　高校

N high school / 高中 / trường PTTH, cấp 3

A: Who is that girl? B: Oh, she's a classmate from high school. / A: 那个女孩子是谁? B: 啊，那是我高中同班同学。 / A: Cô bé kia là ai vậy? B: À, là bạn cùng lớp cấp 3.

251

A：小学校は　ここから　近いですか。
B：ええ。5分　くらいです。

しょうがっこう　小学校

N elementary school / 小学 / trường tiểu học, cấp 1

A: Is the elementary school nearby? B: Yes. It's about 5 minutes away. / A: 小学离这里近吗? B: 嗯，大概5分钟左右。 / A: Trường tiểu học có gần đây không? B: Vâng, khoảng 5 phút.

252

A：ごりょうしんは　どちらに　すんで　いますか。
B：よこはまに　すんで　います。

725 ☐ ごりょうしん

N (your/someone's) parents / 令尊令堂 / bố mẹ, song thân (của người khác)

726 ☐ すむ

V1-I live (reside) / 住 / sống, sinh sống

727 ☐ よこはま

N Yokohama (city in Japan) / 横滨 / Yokohama

A: Where do your parents live? B: They live in Yokohama. / A: 令尊令堂住在哪里? B: 住在横滨。 / A: Bố mẹ bạn sống ở đâu? B: Bố mẹ tôi sống ở Yokohama.

253

A：おしごとは　何を　して　いますか。
なに
B：ドラッグストアで　はたらいて　います。

728 はたらく

V1-I work / 工作 / làm việc

A: What do you do for work? B: I'm working at a drugstore. / A: 你是做什么工作？ B: 我在药妆店工作。 / A: Bạn đang làm công việc gì? B: Tôi làm việc ở cửa hàng thuốc và mỹ phẩm.

254

A：おねえさんは　かいしゃいんですか。
B：ええ。車の　会社に　つとめて　います。
くるま　かいしゃ

729 つとめる

V2-I work / 上班 / làm việc, làm việc cho

A: Is your older sister a company employee? B: Yes. She's working for a car company. / A: 你姐姐是上班族吗？ B: 是的。在车的公司上班。 / A: Chị của bạn là nhân viên công ty. B: Vâng, làm cho một công ty xe hơi.

255

A：おとうとさんは　けっこんして　いますか。
B：はい。２年前に　けっこんしました。
に ねん まえ

730 けっこん[する]

N V3-I marriage, marry / 结婚[结婚] / kết hôn, lập gia đình

731 ～まえ　～前

Suf. ~ ago / ～前 / ~ trước

A: Is your younger brother married? B: Yes. He got married two years ago. / A: 你弟弟结婚了吗？ B: 是的。在2年前结婚了。 / A: Em trai của bạn lập gia đình chưa? B: Vâng, nó đã kết hôn 2 năm trước.

256

A：つまは　外国人(がいこくじん)です。
B：そうですか。お国(くに)は　どちらですか。
A：ベトナムです。

732 がいこくじん　外国人

N foreigner / 外国人 / người nước ngoài

733 おくに　お国

N (your/someone's) country / 祖国 / đất nước (của người đối diện, cách nói lịch sự)

734 ベトナム

N Vietnam / 越南 / Việt Nam

A: My wife is a foreigner. B: Is that so? Which country is she from? A: Vietnam. / A: 内人是外国人。 B: 这样呀。祖国是哪里呢？ A: 越南。 / A: Vợ tôi là người nước ngoài. B: Vậy à? Đất nước của cô ấy ở đâu? A: Việt Nam.

257

A：小(ちい)さい　ときから、ピアノを　ならって　いますか。
B：はい。3(さん)さいから　ならって　います。

735 ちいさい② 小さい

イ little (young) / 小 / nhỏ, nhỏ tuổi

736 ～とき

N when ~ / ～时候 / lúc ~, khi ~

A: Did you start learning piano when you were little? B: Yes. I've been learning since I was 3 years old. / A: 你从小时候就学钢琴吗？ B: 是的。我从3岁就开始学了。 / A: Khi còn nhỏ, bạn có học piano không? B: Vâng, tôi học từ lúc 3 tuổi.

258

A：しゃちょうは　子(こ)どもの　とき、イギリスに　すんで　いましたよ。

B：えっ、そうですか。しりませんでした。

737 しゃちょう

N CEO, company president / 董事长(老板) / giám đốc

738 イギリス

N UK / 英国 / nước Anh

739 しりませんでした

Phr. didn't know / 我不知道 / đã không biết

A: The CEO used to live in England when he was a child.B: Oh, really? I didn't know that. / A: 董事长小时候住在英国哦。 B: 诶，真的吗！？我不知道。 / A: Giám đốc đã sống ở Anh lúc nhỏ đấy. B: Ơ, thế à? Tôi đã không biết.

259

A：何人(なんにん)　いますか。

B：おとなが　6人(ろくにん)と、子(こ)どもが　4人(よにん)です。あ、リナさんたちも　来(き)ます。

A：じゃあ、12人(じゅうににん)ですね。

740 おとな

N adult / 大人 / người lớn

741 ~たち

Suf. ~ and the others / ~们 / nhóm ~

A: How many people are coming? B: 6 adults and 4 children. Ah wait, Lina and the others are coming too. A: So there are 12 people. / A: 有几个人? B: 大人6个人，孩子4个人。啊，Lina她们也会来。 A: 那就是12个人。 / A: Có mấy người? B: Người lớn 6 người, trẻ em 4 người. À, nhóm chị Rina cũng đến. A: Vậy là 12 người nhỉ.

Topic 20

服・体

ふく　からだ

Clothing & Body / 服装・身体 / Trang phục – Cơ thể

No. 742-799

🔊 260

742	いろ　色	color / 颜色 / màu sắc
743	あか	red / 红色 / màu đỏ
744	あかい	red / 红 / đỏ
745	あお	blue / 蓝色 / màu xanh dương
746	あおい	blue / 蓝 / xanh dương
747	くろ	black / 黑色 / màu đen
748	くろい	black / 黑 / đen
749	しろ	white / 白色 / màu trắng
750	しろい	white / 白 / trắng
751	きいろ	yellow / 黄色 / màu vàng
752	きいろい	yellow / 黄 / vàng
753	みどり	green / 绿色 / màu xanh lá cây
754	？　なにいろ　何色	what color / 什么颜色 / màu gì

755 □	ふく① 服	clothing / 服装(衣服) / trang phục, quần áo
756 □	シャツ	shirt / 衬衫 / áo
757 □	Tシャツ (ティー)	T-shirt / T恤 / áo phông, áo thun
758 □	セーター	sweater / 毛衣 / áo len
759 □	ワイシャツ	formal shirt / 衬衫 / áo sơ-mi
760 □	スーツ	suit / 西装 / đồ vét
761 □	ズボン	pants / 长裤 / quần
762 □	パンツ	pants / 裤子 / quần
763 □	スカート	skirt / 裙子 / váy
764 □	くつ	shoes / 鞋子 / giày
765 □	くつした	socks / 袜子 / vớ
766 □	ぼうし	hat / 帽子 / mũ, nón
767 □	めがね	glasses / 眼镜 / mắt kính
768 □	ネクタイ	tie / 领带 / cà vạt

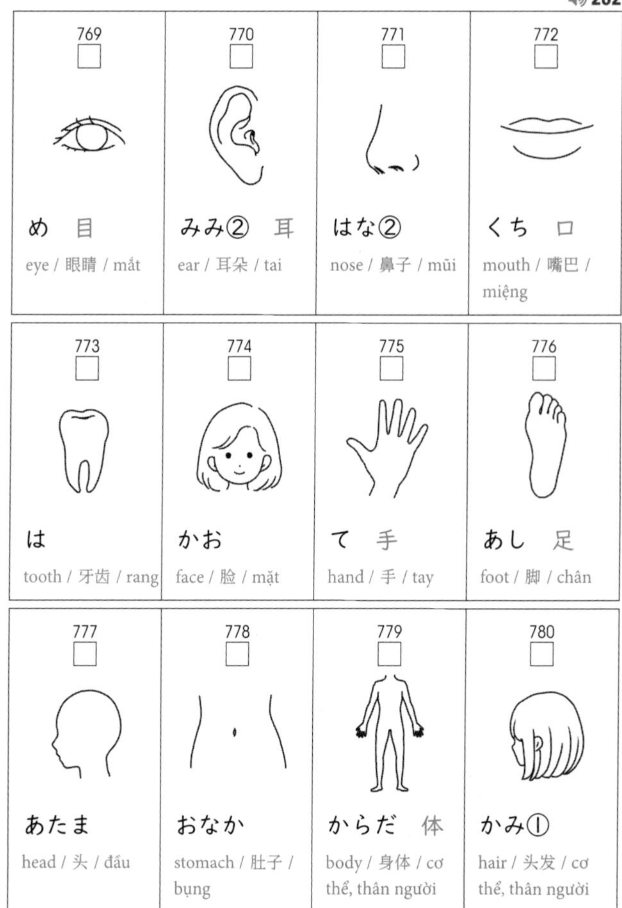

769	770	771	772
め　目	みみ②　耳	はな②	くち　口
eye / 眼睛 / mắt	ear / 耳朵 / tai	nose / 鼻子 / mũi	mouth / 嘴巴 / miệng

773	774	775	776
は	かお	て　手	あし　足
tooth / 牙齿 / rang	face / 脸 / mặt	hand / 手 / tay	foot / 脚 / chân

777	778	779	780
あたま	おなか	からだ　体	かみ①
head / 头 / đầu	stomach / 肚子 / bụng	body / 身体 / cơ thể, thân người	hair / 头发 / cơ thể, thân người

263

A：好(す)きな　色(いろ)は　何(なん)ですか。
B：そうですね。みどりです。

いろ　色

N color / 颜色 / màu, màu sắc

みどり

N green / 绿色 / màu xanh lá cây

A: What's your favorite color? B: Hmmm. Green. / A: 你喜欢什么颜色？ B: 嗯…绿色。 / A: Màu mà bạn thích là màu gì? B: Để tôi xem. Màu xanh lá cây.

264

A：何色(なにいろ)の　ペンが　いいですか。
B：じゃあ、あおの　ペンを　ください。

なにいろ　何色

N what color / 什么颜色 / màu gì

あお

N blue / 蓝色 / màu xanh dương

A: What color pen would you like? B: Oh, a blue pen, please. / A: 你要什么颜色的笔？ B: 那…给我蓝色的笔。 / A: Bút màu gì thì được ạ? B: Vậy cho tôi bút màu xanh dương.

265

A：どんな　ふくを　かいましたか。
B：この　Tシャツ(ティー)と、きいろい　スカートを　かいました。

ふく①

N clothes / 衣服(服装) / trang phục, quần áo

Tシャツ

N T-shirt / T恤 / áo thun, áo phông

きいろい

イ yellow / 黄色 / vàng

スカート

N skirt / 裙子 / váy

A: So what clothes did you buy? B: I bought this T-shirt and a yellow skirt. / A: 你买了什么样的衣服？ B: 我买了这件T恤和黄色裙子。 / A: Bạn đã mua trang phục như thế nào? B: Tôi đã mua cái áo phông này và váy vàng.

266

A：あかい　セーターを　きて　いる　人(ひと)は　だれですか。
B：リナさんです。

あかい

イ red / 红色 / đỏ

セーター

N sweater / 毛衣 / áo len

781 きる①

V2-T wear / 穿 / mặc (áo)

A: Who's wearing the red sweater? B: That's Lina. / A: 那位穿红色毛衣的人是谁？ B: 是Lina。 / A: Người mặc áo len đỏ là ai vậy? B: Là chị Rina.

267

A：めがねを　かけて　いる　男(おとこ)の人(ひと)は　前田(まえだ)さんですか。
B：ええ、そうです。

めがね

N glasses / 眼镜 / mắt kính

782 かける②

V2-T wear (glasses) / 戴 / đeo

A: Is that man wearing glasses Mr. Maeda? B: Yes, that's right. / A: 那位戴着眼镜的男人是前田先生吗？ B: 嗯，是的。 / A: Người đàn ông đeo mắt kính là anh Maeda có phải không? B: Vâng, đúng rồi.

268

A：どの　人(ひと)が　山下(やました)さん　ですか。
B：あの　しろい　パンツを　はいて　いる　人(ひと)です。

しろい

イ white / 白色 / trắng

パンツ

N pants / 裤子 / quần

783 はく

V1-T wear (shoes, pants) / 穿 / mặc (quần, váy), mang (giày, dép)

A: Which one is Mr. Yamashita? B: He's the one wearing white pants. / A: 哪个人是山下? B: 就是那个穿白色裤子的人。 / A: Người nào là anh Yamashita? B: Là người mặc quần trắng đằng kia.

269

A：さくらさんが　かぶって　いる　ぼうし、かっこいいですね。
B：ほんとうですね。

784 かぶる

V1-T wear (hat) / 戴 / đội (mũ, nón)

ぼうし

N hat / 帽子 / mũ, nón

A: The hat Sakura is wearing is so cool. B: It certainly is. / A: Sakura戴的帽子好帅气哦。 B: 真的耶。 / A: Cái mũ mà Sakura đội đẹp nhỉ. B: Đúng nhỉ.

270

A：明日(あした)は、ネクタイを　したほうが　いいですか。
B：いえ、しなくても　いいです。

ネクタイ

N tie (necktie) / 领带 / cà vạt

785 する③

V3-T put on / 打 / đeo, thắt (cà vạt)

A: Should I put on a tie tomorrow? B: No, you don't have to. / A: 明天打领带比较好吗? B: 不，不用打也行。 / A: Ngày mai có nên đeo cà vạt không? B: Không, không cần đeo cũng được.

271

A：ここで　くつを　ぬいで　ください。
B：わかりました。

くつ

N shoes / 鞋 / giày

786 ぬぐ

V1-T take off / 脱 / cởi

A: Please take off your shoes here. B: Certainly. / A: 请在这里脱鞋。 B: 我知道了。 / A: Vui lòng cởi giày ở đây. B: Tôi hiểu rồi.

272

A：あの　かみが　くろくて　せが　高(たか)い人(ひと)、どなたですか。
B：ジャンさんです。

かみ①

N hair / 头发 / tóc

くろい

イ black / 黑色 / đen

787 せ

N height / 身高(个子) / cái lưng, chiều cao

A: Who is that guy with black hair, tall in height ? B: That's Mr. Zhang. / A: 那个黑色头发，身高很高的人是谁? B: 是小张。 / A: Người tóc đen, cao cao kia là ai vậy? B: Là anh Zhang.

273

A：アンさんの　ねこですか。

B：はい、そうです。

A：目（め）が　まるくて　口（くち）が　小（ちい）さいですね。かわいいですね。

め　目

N eye / 眼睛 / mắt

くち　口

N mouth / 嘴巴 / miệng

A: Anne, is that your cat? B: Yes, that's right. A: Her eyes are round and her mouth is tiny. She's really cute. / A: Anne，这是你的猫吗？ B: 嗯，是的。 A: 眼睛好圆，嘴巴好小，好可爱哦。 / A: Con mèo của An à? B: Vâng, đúng vậy. A: Mắt nó tròn, miệng thì nhỏ, dễ thương nhỉ.

274

A：メイさんは、どの　人（ひと）ですか。

B：テーブルの　そばに　立（た）って　いる　女（おんな）の人（ひと）です。

788 □ たつ　立つ

V1-I stand / 站 / đứng

A: Which one is May? B: She's the woman standing next to the table. / A: May是哪一位呀？ B: 站在桌子旁边的那位女性。 / A: May là người nào? B: Là người phụ nữ đứng gần cái bàn.

275

A：あそこに　すわりましょうか。

B：そうですね。

789 □ すわる

V1-I sit / 坐 / ngồi

A: Shall we sit over there? B: Yes. / A: 我们坐那里吧？ B: 可以。 / A: Chúng ta ngồi ở đằng kia nào. B: Ừ nhỉ.

A：どう　しましたか。

B：少し　あたまが　いたいです。

すこ

790 どう　しましたか

Phr. what's the matter / 怎么了 / Anh, Chị, Bạn bị làm sao vậy?, Đã có chuyện gì?

あたま

N head / 头 / đầu, cái đầu

791 いたい

イ painful / 痛(疼) / đau, nhức

A: What's the matter? B: My head feels slightly painful. / A: 怎么了？　B: 有点头痛。 / A: Bạn bị làm sao vậy? B: Tôi bị đau đầu một chút.

277

A：ちょっと　おなかが　いたいです。

B：よこに　なった　ほうが　いいですよ。

おなか

N stomach / 肚子 / bụng, cái bụng

792 よこに　なる

V1-I lie down / 躺下 / nằm xuống, nằm nghỉ

A: I have a slight pain in my stomach. B: You should lie down. / A: 我有点肚子痛。 B: 躺下比较好哦。 / A: Tôi hơi đau bụng. B: Bạn nên nằm nghỉ đi.

278

A：明日(あした)、何(なに)　しますか。
B：はいしゃに　行(い)きます。はが　いたいですから。

793 はいしゃ

N dentist / 牙医 / nha sĩ

は

N tooth / 牙齿 / răng, cái răng

A: What are you doing tomorrow? B: I'm going to the dentist. I have a toothache. / A: 明天要做什么？ B: 我要去看牙医。因为牙齿痛。 / A: Ngày mai bạn làm gì? B: Tôi đi nha sĩ. Vì tôi đang bị đau răng.

279

A：日曜日(にちようび)の　パーティーに　行(い)きましたか。
B：いいえ、行(い)けませんでした。びょうきでしたから。
A：え、だいじょうぶですか。
B：はい。週(しゅう)まつ　寒(さむ)かったですから、かぜを　ひきました。

794 びょうき

N sick / 生病 / bệnh, căn bệnh

795 かぜ①

N (common) cold / 感冒 / cảm

796 ひく②

V1-T catch (cold) / 得了 / bị cảm

A: Did you go to the party on Sunday? B: No, I couldn't go. I was sick. A: Are you okay now? B: Yes. It was so chilly over the weekend that I caught a cold. / A: 你去了星期天的派对吗？ B: 没有，我没办法去。因为我生病了。 A: 没事吧？ B: 嗯。周末好冷，我得了感冒。 / A: Bạn có đi tiệc hôm chủ nhật không? B: Không, tôi đã không đi. Vì tôi bị bệnh. A: Bạn ổn không? B: Vâng, do cuối tuần lạnh quá nên tôi bị cảm.

A：ねつは　ありますか。

B：はい。３８ど　あります。

A：薬を　飲んで、こんやは　ゆっくり　休んで　ください。

797 ねつ

N fever, temperature / 发烧 / sốt

798 ～ど

➡p.239

Suf. ~ degrees (Celsius) / ～度 / ~ độ

799 ゆっくり①

Adv. leisurely, unhurriedly / 好好 / thong thả, (nghỉ) sớm

A: Do you have a fever? B: Yes. It's 38 degrees. A: Take this medicine, and get some leisurely rest tonight. / A: 有发烧吗？　B: 有，有38度。 A: 吃了药以后，今天晚上就好好休息。 / A: Bạn có bị sốt không? B: Có, 38 độ. A: Hãy uống thuốc, và tối nay nghỉ sớm nhé.

Topic 21

物への動作

もの　どうさ

Actions & Items / 对物品的动作 / Động tác đối với đồ vật

No. 800-834

281

A：けんとさん、この　ナイフ、つかっても　いいですか。

B：ええ、どうぞ。

800 つかう

V1-T use / 用 / sử dụng, dùng

A: Hey Kento, can I use this knife? B: Sure, go ahead. / A: Kento，我可以用这把刀吗？ B: 可以，请用。 / A: Kento à, tôi sử dụng con dao này được không? B: Được, cứ tự nhiên.

282

A：ちょっと　あついですね。

B：まどを　あけましょうか。

801 あける

V2-T open / 开 / mở

A: It's a bit hot. B: Shall I open the window? / A: 有点热。 B: 要开窗吗？ / A: Hơi nóng nhỉ. B: Tôi mở cửa sổ nhé.

283

A：すみません。そこの　ドア、しめて　ください。

B：はい。

802 しめる

V2-T shut / 关 / đóng

A: Excuse me. Please shut that door. B: Sure. / A: 不好意思，请把那扇门关起来。 B: 好的 / A: Xin lỗi, vui lòng đóng cái cửa ở đó ạ. B: Vâng.

284

A：そこの　電気を　つけて　ください。
B：これですか。

803 でんき　電気

N (electrical) light / 灯 / điện, đèn

804 つける

V2-T turn on / 开 / mở, bật

A: Please turn on that light. B: This one? / A: 请开那盏灯。 B: 这盏吗? / A: Hãy bật đèn đằng đó. B: Cái này à?

285

A：テレビ、けしても　いいですか。
B：あ、はい。どうぞ。

805 けす

V1-T turn off / 关 / tắt

A: Can I turn off the TV? B: Sure. Go ahead. / A: 可以关电视吗? B: 啊，可以。请。 / A: Tôi tắt tivi được không? B: À, vâng, cứ tự nhiên.

286

A：さくらさん、れいぞうこから　バターを　出して　ください。
B：はい。

806 だす① 出す

V1-T take out / 拿出 / lấy ra

A: Sakura, please take out the butter from the refrigerator. B: Okay. / A: Sakura，请从冰箱拿出黄油。 B: 好的。 / A: Sakura ơi, lấy bơ trong tủ lạnh ra giùm tôi với. B: Vâng.

287

A：これが　スイッチですか。

B：あ、はい。あかい　ボタンを　おして　ください。

807 スイッチ

N switch / 开关 / công tắc

808 ボタン

N button / 按钮 / nút

809 おす

V1-T press / 按 / bấm, nhấn

A: Do I switch it on here? B: Ah, yes. Press the red button. / A: 这就是开关呀？ B: 啊，是的。请按红色按钮。 / A: Đây là công tắc phải không? B: À vâng, hãy bấm nút đỏ.

288

A：あの、すみません、水(みず)は…。

B：あ、そこを　ひいて　ください。

810 ひく③

V1-T pull / 拉 / kéo, mở

A: Excuse me. How do I turn on the water? B: Oh, pull that lever there. / A: 请问，不好意思，水要…？ B: 啊，请拉那边。 / A: Xin lỗi, nước … B: À, hãy kéo chỗ đó.

289

A：その　バナナを　きって　ください。

B：はい。何本(なんぼん)　きりますか。

811 きる②

V1-T cut / 切 / cắt

A: Please cut up that banana. B: Sure thing. How many bananas? / A: 切那串香蕉。 B: 好的，要切几根？ / A: Hãy cắt phần chuối ở đó. B: Vâng, cắt mấy quả?

290

A：すみません。カップを　とって　ください。

B：はい。大きい　ほうの　カップですか。

A：ええ。

B：何こですか。

A：4こ、おねがいします。

812 とる②

V1-T pick up / 拿 / lấy

813 ほう

N ~ er one / 那个 / cái

814 なんこ　何こ

N how many / 几个 / mấy cái

815 ～こ ➡ p.238

Suf. -ko (counter for small items) / ～个 / ~ cái

A: Sorry. Please pick up those cups. B: All right. Do you mean the larger ones? A: Yes. B: How many? A: Four, please. / A: 不好意思，请拿杯子给我。 B: 好的，是大的那个吗？ A: 嗯。 B: 要几个？ A: 麻烦拿4个。 / A: Xin lỗi, lấy giùm tôi mấy cái cốc. B: Vâng, loại cốc lớn ạ? A: Vâng. B: Mấy cái ạ? A: Cho tôi 4 cái.

291

A：それ、おもいですか。持ちましょうか。

B：あ、ありがとうございます。

816 もつ　持つ

V1-T carry, hold / 拿 / cầm, đem, xách

A: Is it heavy? Shall I carry it for you? B: Ah, thank you. / A: 那个很重吗？ 我帮你拿吗？ B: 啊，谢谢你。 / A: Cái đó có nặng không? Tôi cầm nhé. B: À, cảm ơn

292

A：テーブルに　おさらを　ならべますか。

B：はい。はしと　フォークも　ならべましょう。

817 ならべる

V2-T arrange, lay out / 排 / bày, xếp

A: Shall we arrange the dishes on the table? B: Yes. Let's lay out the chopsticks and forks too. / A: 把盘子排在桌子上吗？ B: 嗯。还要排筷子和叉子。 / A: Có bày dĩa ra bàn không? B: Vâng, hãy xếp cả đũa và nĩa luôn.

293

A：この　しお、おいしいですね。スーパーで　うって　いますか。

B：はい。スーパーで　かえますよ。

818 うる

V1-T sell / 卖 / bán

A: This salt is so delicious. Does the supermarket sell it? B: Yes. You can buy it at the supermarket. / A: 这个盐好好吃哦。超市有卖吗？ B: 有的。可以在超市买到。 / A: Muối này ngon nhỉ. Có bán ở siêu thị không? B: Vâng, có thể mua ở siêu thị đấy.

294

A：お金（かね）、げんきんで　はらっても　いいですか。

B：はい、いいですよ。

819 げんきん

N cash / 现金 / tiền mặt

820 はらう

V1-T pay / 付 / trả tiền, thanh toán

A: Can I pay in cash? B: Yes, that's fine. / A: 钱，我可以付现金吗？ B: 是，可以的。 / A: Tôi trả tiền bằng tiền mặt có được không? B: Vâng, được ạ.

295

A：こんにちは。メロンを　持(も)って　きましたよ。

B：わあ、ありがとうございます。

A：バッグ、ここに　おいても　いいですか。

B：ええ、どうぞ。

821 もって　くる　持って　くる

V3-T bring / 拿～来 / đem đến

822 おく

V1-T leave, put down / 放 / đặt, để

A: Hello. I brought you a melon. B: Wow, thank you. A: Can I leave the bag here? B: Please do. / A: 午安，我拿哈密瓜来了。 B: 哇～谢谢你！ A: 我可以把包包放这里吗？ B: 可以，请放。 / A: Xin chào. Tôi đem dưa lưới đến đấy. B: Ôi, cảm ơn bạn. A: Tôi để túi xách ở đây có được không? B: Được, cứ tự nhiên.

296

A：しろい　かみを　１０(じゅう)まい、けんとさんの　ところに　持(も)って　いって　ください。

B：１０(じゅう)まいですね。

823 かみ②

N paper / 纸 / giấy

824 ところ②

N where ~ is, location, place / 地方(那里) / chỗ

825 もって　いく　持って　いく

V1-T take / 拿去(拿～去) / đem đi

A: Please take 10 sheets of white paper to Kento's location. B: 10 sheets, right? / A: 拿10张白纸去Kento那里。 B: 10张对吧。 / A: Hãy đem đến chỗ Kento 10 tờ giấy trắng. B: 10 tờ nhỉ.

297

A：ケーキ屋(や)は　何時(なんじ)に　あきますか。
B：えーと、10時(じゅうじ)に　あきます。

826 あく

V1-I open / 开 / mở cửa

A: What time does the cake shop open? B: Um, it opens at 10 o'clock. / A: 蛋糕店几点开门？　B: 嗯…，10点开。 / A: Tiệm bánh kem mở cửa lúc mấy giờ? B: À, mở lúc 10 giờ.

298

A：うーん。エアコンが　つきませんね…。
B：え、ほんとうですか。

827 つく①

V1-I turn on / 启动 / (máy) mở, chạy

A: Hmm. The air conditioner won't turn on. B: Oh, really? / A: 嗯…，启动不了空调…。 B: 诶，真的吗？ / A: Ưm, máy điều hòa không chạy nhỉ…B: Ơ, thật không?

299

A：その　ばんぐみは　何時(なんじ)に　始(はじ)まりますか。
B：8時(はちじ)からです。

828 ばんぐみ

N program / 节目 / chương trình

829 はじまる　始まる

V1-I start / 开始 / bắt đầu

A: What time does the program start? B: Eight o'clock. / A: 那个节目几点开始？　B: 8点开始。 / A: Chương trình đó bắt đầu lúc mấy giờ? B: Từ 8 giờ.

300

A：スプーン、いりますか。

B：あ、だいじょうぶです。私は　いりません。

830 いる②

V1-I need / 要 / cần, cần thiết

A: Do you need a spoon? B: Oh, it's okay. I don't need one. / A: 要汤勺吗? B: 啊，没关系我不需要。 / A: Bạn có cần muỗng không? B: À, không sao. Tôi không cần.

301

A：おゆは　わきましたか。

B：はい、わきました。

A：牛肉は　もう　入れましたか。

B：あ、まだです。

831 (お)ゆ

N hot water / 热水 / nước nóng

832 わく

V1-I boil / 烧开 / sôi

833 もう

Adv. already / 已经 / rồi

834 まだ

Adv. (not) yet / 还没 / chưa

A: Has the water started to boil? B: Yes, it's boiling. A: Have you already put in the beef? B: Oh, not yet. / A: 热水烧开了吗? B: 嗯，烧开了。 A: 已经放牛肉了吗? B: 啊，还没。 / A: Nước nóng đã sôi chưa? B: Vâng, sôi rồi. A: Cho thịt bò vào chưa? B: A, chưa.

Topic 22

交通・道

こう　つう　　　　みち

Roads & Traffic / 交通・道路 / Giao thông – Đường sá

No. 835-908

覚えよう！ おぼ Memorize These Words / 要记住 / Hãy ghi nhớ

302

835	じどうしゃ	automobile / 汽车 / xe ô tô
836	でんしゃ　電車	train / 电车 / tàu điện
837	ちかてつ	subway / 地铁 / tàu điện ngầm
838	じてんしゃ	bicycle / 自行车 / xe đạp
839	バイク	motorcycle / 摩托车 / xe máy
840	タクシー	taxi / 出租车 / taxi
841	ひこうき	airplane / 飞机 / máy bay
842	しんかんせん	bullet train, Shinkansen / 新干线 / tàu shinkansen

303

843 きた 北	844 みなみ 南	845 ひがし 東	846 にし 西
north / 北 / Bắc, phía Bắc	south / 南 / Nam, phía Nam	east / 東 / Đông, phía Đông	west / 西 / Tây, phía Tây

847	かど	corner / 转角(角落) / góc đường, góc
848	こうさてん	intersection / 路口 / giao lộ
849	しんごう	traffic light, traffic signal / 红绿灯 / đèn giao thông
850	はし②	bridge / 桥 / cây cầu
851	みち	road / 路 / đường, con đường
852	みぎがわ　右がわ	right-hand side / 右边 / phía bên phải
853	ひだりがわ　左がわ	left-hand side / 左边 / phía bên trái
854	ひとつめ　一つ目	first / 第一个 / ~ thứ nhất
855	ふたつめ　二つ目	second / 第二个 / ~ thứ 2
856	みっつめ　三つ目	third / 第三个 / ~ thứ 3
857	かいだん	stairway / 楼梯 / cầu thang
858	エレベーター	elevator / 电梯 / thang máy
859	たてもの	building / 建筑物 / tòa nhà
860	ビル	(multistory) building / 大厦 / tòa nhà cao tầng

305

A：電車（でんしゃ）で　行（い）きますか。
B：いえ、タクシーに　乗（の）りましょう。

でんしゃ　電車

N train / 电车 / tàu điện

タクシー

N taxi / 出租车 / taxi

861 のる　乗る

V1-I ride, take (transport) / 搭 / đi (tàu, xe)

A: Are we going by train? B: No, let's take a taxi. / A: 搭电车去吗？　B: 不，我们搭出租车。 / A: Đi bằng tàu điện à? B: Không, mình đi taxi đi.

306

A：つぎの　駅（えき）で　おりますよ。ちかてつに　乗（の）りかえます。
B：はい、わかりました。

862 つぎ

N next / 下 / tiếp theo

863 おりる

V2-I get off (transport) / 下车 / xuống (tàu, xe)

ちかてつ

N subway / 地铁 / tàu điện ngầm

864 のりかえる　乗りかえる

V2-I change, transfer (transport) / 转搭 / đổi (tàu, xe)

A: We're getting off at the next station. We're changing to the subway. B: Got it. / A: 在下一站下车。转搭地铁。 B: 好，我知道了。 / A: Chúng ta sẽ xuống ở ga tiếp theo đấy. Sẽ chuyển sang đi tàu điện ngầm. B: Vâng, tôi hiểu rồi.

307

A：いつも　何で　大学に　行きますか。
B：じてんしゃで　行きます。

じてんしゃ

N bicycle / 自行车 / xe đạp

A: How do you usually get to campus? B: I go by bicycle. / A: 你都是怎么去大学的？ B: 我骑自行车去。 / A: Bạn thường đi đến trường đại học bằng gì? B: Tôi đi bằng xe đạp.

308

A：ひこうきの　時間は　何時ですか。
B：１１時です。
A：くうこうまで　どうやって　行きますか。
B：友だちの　車で　行きます。

ひこうき

N airplane, flight / 飞机 / máy bay

865 くうこう

N airport / 机场 / sân bay, phi trường

866 どうやって

Adv. how, by what means / 怎么 / làm thế nào, bằng cách nào

A: What time is your flight? B: 11 o'clock. A: How are you getting to the airport? B: I'm going in my friend's car. / A: 几点的飞机？ B: 11点。 A: 你怎么去机场？ B: 我搭朋友的车去。 / A: Giờ máy bay là mấy giờ? B: 11 giờ. A: Đi đến sân bay bằng cách nào? B: Tôi đi bằng xe của người bạn.

309

A：バイク、どこに　止（と）めますか。
B：あ、駅（えき）の　南（みなみ）口（ぐち）に　止（と）められますよ。

バイク

N motorcycle / 摩托车 / xe máy

867 □ とめる① 止める

V2-T park / 停 / đỗ, đậu xe

みなみ　南

N south / 南 / phía Nam

868 □ ～ぐち　～口

Suf. ~ exit / ～出口 / cửa ~

A: Where can we park our motorcycles? B: We can park them at the south exit of the station. / A: 摩托车要停哪里？ B: 啊，可以停车站的南出口。 / A: Xe máy thì đỗ ở đâu? B: À, có thể đỗ ở cửa Nam nhà ga đấy.

310

A：すみません。きっぷ うりばは　どちらですか。
B：あ、あちらです。

869 □ きっぷ

N ticket / 票 / vé

870 □ うりば

N counter / 销售处 / quầy bán

871 □ どちら③

N which way / 哪一边 / hướng nào

872 □ あちら

N over there / 那边 / hướng kia

873 ＋こちら②

N here / 这边 / hướng này

874 ＋そちら

N there / 那边 / hướng đó

A: Excuse me. Which way is the ticket counter? B: Oh, it's over there. / A: 不好意思，请问车票销售处在哪一边？ B: 啊，在那边。 / A: Xin lỗi, quầy bán vé ở đâu ạ? B: À, ở hướng kia.

311

A：えーと、西口（にしぐち）はどっちですか。
B：あ、あっちですね。

にし　西

N west / 西 / phía Tây

875 どっち②

N which way (casual form of どちら) / 哪边（比「どちら」更随和的说法） / hướng nào (cách nói thân mật của "どちら")

876 あっち

N over there (casual form of あちら) / 那边(比「あちら」更随和的说法) / hướng kia (cách nói thân mật của "あちら")

877 ＋こっち

N here (casual form of こちら) / 这边(比「こちら」更随和的说法) / hướng này (cách nói thân mật của "こちら")

878 ＋そっち

N there (casual form of そちら) / 那边(比「そちら」更随和的说法) / hướng đó (cách nói thân mật của "そちら")

A: Um, which way is the west exit? B: Ah, over there. / A: 额…请问西出口在哪边？ B: 啊，在那边。 / A: Xin lỗi, cửa phía Tây ở hướng nào ạ? B: À, hướng kia.

🔊312

A：あのー、中川(なかがわ)びょういんは　どちらですか。

B：この　みちを　まっすぐ　行(い)って　ください。右(みぎ)がわに　ありますよ。

A：ありがとうございます。

みち

N road / 路 / đường, đường đi

879 まっすぐ

Adv. straight ahead / 直 / thẳng

みぎがわ　右がわ

N right-hand side / 右边 / phía bên phải

A: Um, which way is Nakagawa Hospital? B: Go straight ahead along this road. It's on the right-hand side. A: Thank you. / A: 请问～中川医院在哪里？ B: 这条路直走。就在右边。 A: 谢谢你。 / A: Xin lỗi, bệnh viện Nakagawa ở đâu ạ? B: Hãy đi thẳng đường này. Bệnh viện nằm ở phía bên phải đấy. A: Cảm ơn ạ.

🔊313

A：すみません。秋山(あきやま)ぎんこうは　どこですか。

B：二(ふた)つ目(め)の　こうさてんを　左(ひだり)に　まがって　ください。

A：二(ふた)つ目(め)を　左(ひだり)ですね。どうも。

ふたつめ　二つ目

N second / 第二个 / ~ thứ 2

こうさてん

N intersection / 路口 / giao lộ

880 まがる

V1-I turn / 转 / quẹo, rẽ

A: Excuse me. Which way is Akiyama Bank? B: Turn left at the second intersection. A: Second on the left. Thank you. / A: 不好意思，秋山银行在哪里？ B: 第二个路口左转。 A: 第二个左转对吧。谢谢。 / A: Xin lỗi, ngân hàng Akiyama ở đâu ạ? B: Bạn hãy rẽ trái giao lộ thứ 2. A: Rẽ trái giao lộ thứ 2 ạ. Cảm ơn.

314

A：あの、ふじこうえんは　どこですか。

B：三つ目(みっつめ)の　しんごうの　さきです。

A：あ、どうも。

みっつめ　三つ目

N third / 第三个 / ~ thứ 3

しんごう

N traffic light, traffic signal / 红绿灯 / đèn giao thông

881 さき

N just after / 前面 / phía trước

A: Um, which way is Fuji Park? B: It's just after the third set of traffic signals. A: Oh, thank you. / A: 那个，请问富士公园在哪里？ B: 在第三个红绿灯的更前面。 A: 啊，谢谢。 / A: Xin lỗi, công viên Fuji ở đâu ạ? B: Phía trước đèn giao thông thứ 3. A: À, cảm ơn.

315

A：あの、すみません。水森(みずもり)びじゅつかんは　どこですか。

B：あの　小(ち)さい　はしを　わたって　ください。それから、１００(ひゃく)メートルぐらい　あるいてください。

A：１００(ひゃく)メートルですね。ありがとうございます。

はし②

N bridge / 桥 / cây cầu

882 わたる

V1-I cross / 越过 / băng qua

883 ～メートル ➡p.239

Suf. ~ meters / ～米 / ~ mét

A: Um, excuse me. Which way is Mizumori Gallery? B: First, cross that little bridge. Then walk another 100 meters or so. A: 100 meters. Thank you. / A: 不好意思，请问水森美术馆在哪里？ B: 越过那座小桥。然后大概走100米左右。 A: 100米呀，谢谢。 / A: Xin lỗi, bảo tàng mỹ thuật Mizumori ở đâu ạ? B: Bạn băng qua cây cầu nhỏ kia. Từ đó, đi bộ khoảng 100 mét. A: 100 mét ạ. Xin cảm ơn.

316

A：あの、ふねの　きっぷは　どこで　買(か)えますか。
B：さあ…。ごめんなさい、ちょっと　わかりません。

884 ふね

Suf. boat, ship / 船 / tàu, thuyền

885 さあ

Intj. well, oh / 不知道 / chà (từ cảm thán)

A: Where can I buy a ticket for the ship? B: Oh ... Sorry, I don't really know. / A: 请问船票要去哪里买？ B: 不知道…。对不起，我不太知道。 / A: Xin lỗi, vé tàu mua ở đâu ạ? B: Chà, xin lỗi, tôi cũng không biết nữa.

317

A：本屋(ほんや)は　何(なん)がいですか。
B：7(なな)かいですね。エレベーターで　あがりましょう。

886 なんがい／なんかい　何がい／何かい

N what floor, which floor / 几楼 / tầng mấy

887 ～かい②　➡ p.237

Suf. ~th floor / ～楼 / tầng ~

エレベーター

N elevator / 电梯 / thang máy

888 あがる

V1-I go up / 上 / lên

A: What floor is the bookstore? B: It's on the seventh floor. Let's go up in the elevator. / A: 书店在几楼？ B: 在7楼。我们搭电梯上去吧。 / A: Tiệm sách ở tầng mấy? B: Tầng 7. Mình lên bằng thang máy đi.

318

A：カフェは　どっちですか。

B：ちずを　見(み)ましょう。

…あ、あの　あおい　たてものですね。

889 ちず

N map / 地图 / bản đồ

たてもの

N building / 建筑物 / tòa nhà, cái nhà

A: Where's the café? B: Let's look at the map. Oh, it's that blue building. / A: 咖啡店在哪一边? B: 看地图。啊…就是那栋蓝色建筑物。 / A: Quán cà phê hướng nào nhỉ. B: Mình xem bản đồ nào…À, là cái nhà xanh kia nhỉ.

319

A：何時(なんじ)に　家(いえ)を　出(で)ますか。

B：7時(しちじ)ごろ　出(で)ます。

A：何時(なんじ)に　高木駅(たかぎえき)に　つきますか。

B：8時(はちじ)　15分(じゅうごふん)に　つきます。

890 でる① 出る

V2-I leave / 出 / rời khỏi, đi ra

891 つく②

V1-I arrive / 到 / đến, đến nơi

A: What time do you leave home? B: I leave around 7:00. A: What time do you arrive at Takagi Station? B: I arrive at 8:15. / A: 几点从家里出门? B: 7点左右出。 A: 几点会到高木车站? B: 8点15分会到。 / A: Mấy giờ rời khỏi nhà? B: Khoảng 7 giờ đi. A: Mấy giờ đến ga Takagi? B: 8 giờ 15 phút là đến.

320

A：何（なん）ばんの　バスていですか。
B：えーと、4（よん）ばんですね。
A：つぎの　バスは　何分（なんぷん）に　出（で）ますか。
B：あ、1時（いちじ）　40分（よんじゅっぷん）に　出（で）ます。いそぎましょう。

892 なんばん　何ばん
N what number / 几号 / số mấy

893 バスてい
N bus stop / 公交站 / trạm xe buýt

894 ～ばん ➡ p.239
Suf. number ~ / ～号 / số ~

895 でる②　出る
V2-I depart / 开 / xuất phát

896 いそぐ
V1-I hurry / 赶快 / gấp lên, mau lên

A: What number is the bus stop? B: Number 4. A: And what time does the next bus depart? B: Ah, it departs at 1:40. Let's hurry. / A: 几号公交站？ B: 嗯…4号。 A: 下一班公交几点开？ B: 啊，1点40分开。赶快。 / A: Trạm xe buýt số mấy vậy? B: À ừm, số 4. A: Chuyến xe buýt tiếp theo xuất phát lúc mấy giờ? B: À, xuất phát lúc 1 giờ 40. Mau lên thôi.

321

A：何（なに）せんに　乗（の）りますか。
B：えーと、山北（やまきた）せんですね。
A：山北（やまきた）せんの　乗（の）りばは　何（なん）ばんせんですか。
B：2（に）ばんせんです。

897 なにせん　何せん
N which line / 哪条线 / tuyến nào

898 ～せん

Suf. line ~ / ～线 / tuyến ~

899 のりば　乗りば

N platform, stop / 乘车处 / nơi lên tàu, xe

900 ＋ホーム

N platform / 月台 / sân ga

901 なんばんせん　何ばんせん

N which number platform / 几号线 / tuyến số mấy

902 ～ばんせん

Suf. platform number ~ / ～号线 / tuyến số ~

A: Which line are you catching? B: The Yamakita Line. A: Which number platform is the platform for the Yamakita Line? B: Platform Number 2. / A: 你搭哪条线? B: 诶…山北线。 A: 山北线的乘车处是几号线? B: 2号线。 / A: Đi tuyến nào? B: Ừm, tuyến Yamakita. A: Điểm lên xe của tuyến Yamakita là tuyến số mấy? B: Tuyến số 2.

322

A：あ、そこの　コンビニの　前(まえ)で　止(と)めて　ください。

B：かしこまりました。

903 とめる② 止める

V2-T stop / 停 / đỗ, đậu (xe)

A: Please stop in front of that convenience store. B: Certainly. / A: 啊，请停在那里的便利店前面。 B: 好的。 / A: A, dừng ở trước cửa hàng tiện lợi ở đó giùm tôi. B: Tôi hiểu rồi.

323

A：とうきょうから　インドまで　どのぐらい　かかりますか。
B：ひこうきで　9時間半(くじかんはん)ぐらいです。

904 インド

N India / 印度 / Ấn Độ

905 かかる

V1-I take (time), cost / 需要 / mất, tốn (bao lâu)

A: How long does it take to travel from Tokyo to India? B: By plane, it takes about nine and a half hours. / A: 东京到印度需要多久？ B: 搭飞机大概9个半小时。 / A: Từ Tokyo đến Ấn Độ mất khoảng bao lâu? B: Khoảng 9 tiếng rưỡi máy bay.

324

A：寒(さむ)いですね。中(なか)に　入(はい)りましょうか。
B：そうですね。

906 はいる②　入る

V1-I enter, go inside / 进去 / vào

A: It's so cold. Shall we go inside? B: Yes, let's. / A: 好冷。我们进去里面吧。 B: 说的也是。 / A: Lạnh nhỉ. Vào trong thôi. B: Vào thôi.

325

A：タクシーが　3台(さんだい)　止(と)まって　いますね。
B：ええ。すぐ　乗(の)れますね。

907 とまる　止まる

V1-I park, stop / 停 / đậu, đỗ, dừng

908 すぐ(に)

Adv. right away / 马上 / ngay

A: There are 3 taxis parked there. B: Yes. We can catch one right away. / A: 停着3台出租车。 B: 嗯。马上就能搭了。 / A: Có 3 chiếc taxi đang đỗ nhỉ. B: Ờ, vậy là có thể lên ngay.

Topic 23

郵便局・天気

ゆう びん きょく てん き

Post Office & Weather / 邮局・天气 / Bưu điện – Thời tiết

No. 909-943

326

909	てがみ	letter / 信 / thư
910	きって	stamp / 邮票 / tem
911	ふうとう	envelope / 信封 / phong bì, bì thư
912	はがき	postcard / 明信片 / bưu thiếp
913	ポスト	mailbox, letterbox / 邮筒 / thùng thư
914	にもつ	luggage, package / 包裹(行李) / hành lý
915	はこ	box / 箱子 / thùng
916	ふなびん	sea mail / 船运包裹 / đường biển
917	こうくうびん	air mail / 航空包裹 / đường hàng không
918	ゆうびんばんごう	postal code / 邮政编码 / mã số bưu điện, số bưu chính
919	じゅうしょ	address / 住址 / địa chỉ
920	なまえ　名前	name / 姓名(名字) / họ tên
921	でんわばんごう 電話ばんごう	phone number / 电话号码 / số điện thoại

922	てんき	天気	weather / 天气 / thời tiết
923	はれ		sunny / 晴天 / nắng ráo
924	くもり		cloudy / 阴天 / âm u
925	あめ②	雨	rain / 雨天 / mưa
926	ゆき		snow / 雪 / tuyết
927	かぜ②	風	wind / 风 / gió

328

A：それ、何(なん)ですか。
B：国(くに)の　りょうしんから　来(き)た　てがみです。

てがみ

N letter / 信 / thư

A: What's that? B: It's a letter from my parents back home. / A: 那是什么？ B: 是在祖国的父母寄给我的信。 / A: Đó là gì vậy? B: Là thư bố mẹ ở nhà gửi cho tôi.

329

A：コンビニで　きってや　はがきが　買(か)えますか。
B：ええ、買(か)えますよ。

きって

N stamp / 邮票 / tem

はがき

N postcard / 明信片 / bưu thiếp

A: Can I buy stamps and postcards at a convenience store? B: Yes, you can. / A: 在便利店可以买到邮票，明信片吗？ B: 嗯，可以买到。 / A: Có thể mua tem và bưu thiếp ở cửa hàng tiện lợi không? B: Vâng, mua được đấy.

330

A：こちらは、ふうとうじゃなくて、
　はこに　入(い)れて　ください。
B：あ、はい。

928 □ こちら③

N this (thing) (polite) / 这个 / cái này (cách nói lịch sự của “これ”)

ふうとう

N envelope / 信封 / phong bì, bì thư

はこ

N box / 箱子 / thùng, hộp

A: Please put this in a box, not an envelope. B: All right. / A: 这个要放箱子，不要放信封里。B: 啊，好的。 / A: Cái này thì bỏ vào thùng chứ không phải phong bì ạ. B: À, vâng.

331

A：あのー、これの　書(か)きかたを　教(おし)えて　ください。

B：ここに　じぶんの　じゅうしょを　書(か)きます。それから、

ここに　名前(なまえ)を　書(か)いて　ください。

929 □ じぶん

N own, self / 自己 / bản thân, mình

じゅうしょ

N address / 住址 / địa chỉ

なまえ　名前

N name / 姓名(名字) / tên

A: Um, could you please tell me how to fill this in? B: Write your own address here. Then write your name here. / A: 请问～可以教我怎么写这个吗？ B: 在这里填写自己的住址，然后姓名写在这里。 / A: Xin lỗi, vui lòng chỉ tôi cách viết cái này. B: Viết địa chỉ của mình ở đây. Sau đó, hãy viết tên vào chỗ này.

332

A：ゆうびんばんごうは　わかりますか。

B：いえ、わかりません。

ゆうびんばんごう

N postal code (zip code) / 邮政编码 / mã số bưu điện, mã bưu chính

930 □ ＋ばんごう

N number / 号码 / số

931 □ わかる

V1-I know / 知道 / hiểu, biết

A: Do you know the postal code? B: No, I don't know it. / A: 你知道邮政编码吗？ B: 不，不知道。 / A: Bạn có biết mã số bưu điện không? B: Không, tôi không biết.

333

A：電話（でんわ）ばんごうは　何（なん）ばんですか。
B：080-1234-5678です。（ぜろはちぜろの　いち　に　さんよんの　ごろくななはち）

でんわばんごう　電話ばんごう

N phone number / 电话号码 / số điện thoại

A: What is your phone number? B: 080-1234-5678. / A: 电话号码是几号？ B: 080-1234-5678。 / A: Số điện thoại là số mấy? B: 080-1234-5678.

334

A：こちらは　ふなびんで　おくりますか。こうくうびんですか。
B：えーと、ふなびんは　何日（なんにち）　かかりますか。

ふなびん

N sea mail / 船运包裹 / đường biển

こうくうびん

N air mail / 航空包裹 / đường hàng không

A: Do you want to send this by sea mail? Or by air mail? B: Well, how many days will sea mail take? / A: 请问这个要寄船运包裹还是航空包裹？ B: 嗯…，船运大概要几天？ / A: Cái này quý khách gửi bằng đường biển hay đường hàng không ạ? B: À, đường biển thì mất mấy ngày?

335

A：いちばん　近（ちか）い　ポストは　どこですか。
B：あそこの　かどに　ありますよ。

ポスト

N mailbox / 邮筒 / thùng thư

A: Where is the nearest mailbox? B: It's over there, on that corner. / A: 最近的邮筒在哪里？ B: 就在那个转角。 / A: Thùng thư gần đây nhất ở đâu ạ? B: Ở góc đằng kia đấy.

336

A：アンさんは？

B：ゆうびんきょくに　にもつを　出しに　行きました。

にもつ

N parcel, luggage, package / 行李 / hành lý

932 だす②　出す

V1-T send / 寄 / gửi

A: Where's Anne? B: She went to the post office to send a parcel. / A: Anne呢?　B: 她去邮局寄行李了。 / A: An đâu? B: Đi bưu điện để gửi hành lý rồi.

337

A：明日の　天気は　どうですか。

B：午前は　はれです。午後は　くもりです。

てんき　天気

N weather / 天气 / thời tiết

はれ

N sunny / 晴天 / trời nắng ráo

くもり

N cloudy / 阴天 / âm u

A: What will tomorrow's weather be like? B: Sunny in the morning. Cloudy in the afternoon. / A: 明天的天气怎么样?　B: 上午是晴天，下午是阴天。 / A: Thời tiết ngày mai thế nào? B: Buổi sáng trời nắng ráo. Buổi chiều âm u.

338

A：週(しゅう)まつは　雨(あめ)が　ふりますよ。
B：じゃ、ピクニックに　行(い)けませんね。

あめ　雨

N rain / 雨 / mưa

933 ふる

V1-I fall (rain, snow) / 下 / (mưa, tuyết) rơi

934 ピクニック

N picnic / 郊游 / picnic, dã ngoại

A: Rain is going to fall on the weekend. B: Well, then we can't go for a picnic. / A: 周末会下雨哦。 B: 那就不能去郊游了。 / A: Cuối tuần trời mưa đấy. B: Vậy không đi dã ngoại được rồi nhỉ.

339

A：ほっかいどうで　はじめて　ゆきを　見(み)ました。
B：そうですか。

935 はじめて

Adv. for the first time / 第一次 / lần đầu tiên

ゆき

N snow / 雪 / tuyết

A: In Hokkaido, I saw snow for the first time. B: Oh, really? / A: 我在北海道第一次看到雪。 B: 是哦。 / A: Tôi đã lần đầu tiên nhìn thấy tuyết ở Hokkaido. B: Vậy à?

340

A：つよい　風(かぜ)が　ふいて　いますから、かさは　あぶないですよ。
B：あ、そうですね。

かぜ②

N wind / 风 / gió

936 ふく②

V1-I blow / 吹 / thổi

A: There's a strong wind blowing. It's dangerous to use an umbrella. B: Ah, I guess you're right. / A: 吹很大的风，撑伞很危险哦。 B: 啊，说的对。 / A: Gió lớn đang thổi nên che dù nguy hiểm đấy. B: À đúng nhỉ.

341

A：空(そら)が　あおいですね。
B：ええ。いい　天気(てんき)ですね。

937 そら　空

N sky / 天空 / trời, bầu trời

A: The sky is so blue. B: Yeah. The weather is great. / A: 天空好蓝。 B: 嗯，天气真好。 / A: Trời xanh nhỉ. B: Ừ, trời đẹp ghê.

342

A：こんやは　月(つき)が　きれいですね。
B：ほんとうですね。

938 つき　月

N moon / 月亮 / trăng, mặt trăng

A: The moon looks really beautiful tonight. B: It sure does. / A: 今晚月亮很美。 B: 真的。 / A: Đêm nay trăng đẹp nhỉ. B: Thật sự luôn.

343

A：この　木(き)の　スプーン、いいですね。
B：はい。インドネシアの　竹(たけ)の　スプーンです。

939 き　木

N wood / 木(木头) / cây

940 インドネシア

N Indonesia / 印尼 / Indonesia

941 たけ　竹

N bamboo / 竹子 / tre

A: This wooden spoon is nice. B: Yes. It's made of bamboo from Indonesia. / A: 这个木制汤勺真不错。 B: 嗯，是印尼的竹子汤勺。 / A: Cái muỗng gỗ này thích nhỉ. B: Vâng, là muỗng tre của Indonesia.

344

A：鳥(とり)が　とんで　いますね。
B：ええ。毎年(まいとし)　ふゆに　とんで　きますよ。

942 とり　鳥

N bird / 鸟 / chim, con chim

943 とぶ

V1-I fly / 飞 / bay

A: The birds are flying. B: Yes. They fly here every winter. / A: 有鸟在飞耶。 B: 嗯，每年冬天都会飞来。 / A: Chim đang bay nhỉ. B: Ừ, mùa đông năm nào chúng cũng bay đến cả đấy.

Topic 24

クラス

In Class / 班级(课堂) / Lớp học

No. 944-1011

覚えよう！ Memorize These Words / 要记住 / Hãy ghi nhớ

345

944 □	にほんごがっこう にほんご学校	Japanese language school / 日语学校 / trường tiếng Nhật
945 □	きょうしつ	classroom / 教室 / phòng học, lớp học
946 □	テキスト	text / 课本 / sách học, tài liệu
947 □	しゅくだい	homework / 作业 / bài tập
948 □	ひらがな	hiragana (script) / 平假名 / chữ Hiragana
949 □	かたかな	katakana (script) / 片假名 / chữ Katakana
950 □	かんじ	kanji (script) / 汉字 / chữ Hán, Kanji
951 □	もんだい①	question / 问题 / câu hỏi
952 □	ことば	word / 词语 / từ vựng
953 □	いみ	meaning / 意思 / ý nghĩa
954 □	こえ	voice / 声(声音) / giọng, giọng nói

346

A：みなさん、はじめまして。リン　ハオユーです。リンと
よんで　ください。
B：よろしく　おねがいします。

955 みなさん

N everyone / 大家(各位) / mọi người, các bạn

956 よぶ

V1-T call (name) / 叫 / gọi

A: Hello, everyone. My name is Lin Haoyu. Please call me Lin. B: It's very nice to meet you. / A: 大家好～。我是林浩宇，请叫我小林。 B: 请多关照。 / A: Chào bạn. Mình là Lin Haoyu. Hãy gọi mình là Lin. B: Chào bạn.

347

A：あ、もも。おはよう。
B：おはよう。あついね。

957 おはよう

Intj. good morning (casual form of おはようございます) / 早（比「おはようございます」更随和的说法） / chào (cách chào thân mật của "おはようございます")

A: Ah, Momo. Good morning. B: Good morning. Hot, isn't it? / A: 啊，Momo早。 B: 早。好热哦。 / A: A, Momo, chào cậu. B: Chào. Nóng nhỉ.

348

A：あっ、ごめん！
B：ううん、だいじょうぶ。

958 ごめん

Phr. sorry (casual form of ごめんなさい) / 抱歉（比「ごめんなさい」更随和的说法） / xin lỗi (cách nói thân mật của "ごめなさい")

959 ううん

Intj. no (casual form of いいえ) / 不会（比「いいえ」更随和的说法） / không (cách nói thân mật của "いいえ")

A: Oops, sorry! B: No, it's okay. / A: 啊，抱歉！ B: 不会，没事。 / A: Á, xin lỗi nhé! B: Không, không sao.

349

A：今日(きょう)は　どうも　ありがとう。おやすみ！
B：うん、また　明日(あした)。

960 ありがとう

Phr. thanks (casual form of ありがとうございます) / 谢谢（比「ありがとうございます」更随和的说法） / cảm ơn (cách nói thân mật của "ありがとうございます")

961 おやすみ

Phr. good night (casual form of おやすみなさい) / 晚安（比「おやすみなさい」更随和的说法） / ngủ ngon (cách nói thân mật của "おやすみなさい")

962 うん

Intj. Yeah (casual form of はい or ええ) / 嗯（比「はい」「ええ」更随和的说法） / vâng, ừ (cách chào thân mật của "はい" hoặc "ええ")

A: Thanks for today. Good night! B: Yeah, see you tomorrow. / A: 今天谢谢了，晚安！ B: 嗯，明天见。 / A: Hôm nay cũng cảm ơn nhé. Ngủ ngon! B: Ừm, ngay mai gặp.

350

A：どうして　この　にほんご学校(がっこう)に　入(はい)りましたか。
B：インターネットで　学校(がっこう)の　しゃしんを　見(み)ました。とても　いい　学校(がっこう)だと　おもいました。

963 どうして

Adv. why / 为什么 / tại sao

964 ＋なぜ

Adv. why (slightly more polite than どうして) / 为何（比「どうして」更有礼貌的说法） / tại sao (cách nói nghiêm trang của "どうして")

にほんごがっこう　にほんご学校

N Japanese language school / 日语学校 / trường tiếng Nhật

965 おもう

V1-I think / 觉得 / nghĩ, cho rằng

A: Why did you enroll in this Japanese language school? B: I saw photos of the school online. I thought it looked like a great school. / A: 为什么会读这所日语学校？ B: 我在网上看到学校的照片，觉得是非常好的学校。 / A: Tại sao bạn vào trường tiếng Nhật này? B: Tôi xem hình của trường trên mạng. Tôi nghĩ đây là trường rất tốt.

351

A：あのー、ここは　ロシアごの　きょうしつですか。

B：いえ、ちがいますよ。

A：あ、すみません。まちがえました。

966 ロシア

N Russia / 俄罗斯 / Nga

きょうしつ

N classroom / 教室 / phòng học, lớp học

967 ちがう

V1-I be different, be wrong / 不对 / khác, không phải

968 まちがえる

V2-T make a mistake / 搞错 / nhầm, sai

A: Um, is this the Russian language classroom? B: No, that's wrong. A: Oh, sorry. I've made a mistake. / A: 请问～这是俄罗斯语的教室吗？ B: 不是，不对哦。 A: 啊，不好意思，我搞错了。 / A: Xin lỗi, đây có phải là lớp tiếng Nga không? B: Không, không phải. A: Xin lỗi, tôi đã nhầm.

352

A：テキストの　８３ページを　見て　ください。
（はちじゅうさん）（み）

B：すみません…。家に　テキストを　わすれました。
（いえ）

A：それは　こまりましたね。

テキスト

N text / 课本 / tài liệu, sách học

969 ～ページ ➡p.237

Suf. page ~ / ～页 / trang

970 わすれる①

V2-T forget, leave / 忘 / quên

971 こまる

V1-I be troubled, be a problem / 伤脑筋(困扰) / phiền, gay go

A: Please turn to page 83 of the text. B: I'm sorry. I left my text at home. A: Well, that is a problem. / A: 请看课本的第83页。 B: 对不起…。我把课本忘在家里了。 A: 那真是伤脑筋。 / A: Hãy xem trang 83 trong sách học. B: Xin lỗi… em đã quên sách học ở nhà. A: Vậy thì phiền phức nhỉ.

353

A：この　しゅくだいは　金曜日までに　出して　ください。
（きんようび）（だ）

B：はい。

しゅくだい

N homework / 作业 / bài tập

972 だす③　出す

V1-T turn in (a paper) / 交 / nộp

A: Please turn in this homework by Friday. B: Yes. / A: 这个作业要在星期五之前交。 B: 是。 / A: Hãy nộp bài tập này, hạn chót là thứ Sáu. B: Dạ.

354

A：すみません。この かたかなの ことばは 何(なん)と 読(よ)みますか。

B：ああ、「ファッション」です。

かたかな

N katakana (script) / 片假名 / chữ Katakana

ことば

N word / 词语 / từ vựng

A: Excuse me. How do you read this word in katakana? B: Oh, it's "fashion". / A: 不好意思，这个片假名的词语怎么读？ B: 啊～是"ファッション（服装）"。 / A: Xin lỗi, từ chữ Katakana này đọc là gì ạ? B: À, là "fashion (thời trang)".

355

A：先週(せんしゅう) べんきょうした かんじです。おぼえて いますか。

B：えーと…。いみは わかります。読(よ)みかたは わすれました。

かんじ

N kanji (script) / 汉字 / chữ Hán, Kanji

973 □ おぼえる

V2-T remember / 记得 / nhớ, thuộc

いみ

N meaning / 意思 / ý nghĩa

974 □ わすれる②

V2-T forget / 忘记 / quên

A: We studied this kanji last week. Do you remember it? B: Um... I know the meaning. But I've forgotten how to read it. / A: 上星期学的汉字，还记得吗？ B: 额…。我懂意思，但忘记怎么读了。 / A: Đây là chữ Kanji học tuần trước. Bạn có nhớ không? B: Ờ~m… Ý nghĩa thì hiểu. Cách đọc thì quên rồi.

356

A：では、テストを 始めます。もんだいを よく 読んで、書いてください。
B：あの、えんぴつで 書いても いいですか。

975 では

Intj. all right, now then / 接下来 / vậy thì, bây giờ

976 はじめる 始める

V2-T start / 开始 / bắt đầu

もんだい①

N question / 问题 / câu hỏi, bài tập

977 よく②

Adv. well / 好好 / kỹ

A: Now then, let's start the test. Read the questions well, and write down your answers. B: Um, is it okay if I write with a pencil? / A: 接下来要开始考试。好好读问题，写出答案。 B: 请问可以用铅笔写吗？ / A: Bây giờ bắt đầu bài kiểm tra. Hãy đọc kỹ câu hỏi để viết. B: Xin lỗi, em viết bằng bút chì được không ạ?

357

A：ノアさん、もう 少し 大きい こえで おねがいします。
B：あ、はい。

こえ

N voice / 声(声音) / giọng, giọng nói

A: Noah, please speak in a louder voice. B: Oh, yes. I will. / A: Noah，请再大声一点。 B: 啊，是的。 / A: Noah, em đọc giọng to hơn một chút nữa nhé. B: À, vâng.

A：先生(せんせい)、しつもんしても　いいですか。この色(いろ)は　にほんごで　何(なん)と　言(い)いますか。

B：「きみどり」です。

978 しつもん[する]

N V3-T question, ask a question / 问题[问问题] / câu hỏi, hỏi

979 いう　言う

V1-T call, say / 说 / nói, gọi

A: Sir, may I ask a question? What do you call this color in Japanese? B: It's *kimidori*. / A: 老师，可以问问题吗？这个颜色日语怎么说？ B: 这是"きみどり（黄绿色）"。 / A: Cô ơi, em hỏi được không ạ? Màu này tiếng Nhật gọi là gì ạ? B: "Kimidori (màu vàng chanh)".

A：みなさん、この　男(おとこ)の人(ひと)の　名前(なまえ)を　しって　いますか。日本(にほん)で　ゆうめいな　人(ひと)です。

B：いえ…。しりません。

980 しって　いる

V2-T know / 知道 / biết

981 しりません

Phr. don't know / 不知道 / không biết

982 ＋しる

V1-T know, get to know / 了解 / biết

A: So, does anyone know this man's name? He's famous in Japan. B: No... I don't know it. / A: 各位知道这个男人的名字吗？在日本是个很有名的人。 B: 不…不知道。 / A: Các bạn có biết tên người người đàn ông này không? Là người nổi tiếng ở Nhật. B: Không, không biết ạ.

360

A：明日(あした)　クラスの　みんなで　日本(にほん)の　会社(かいしゃ)を　見(み)に　行(い)きます。

B：いいですね。何(なん)の　会社(かいしゃ)ですか。

983 □ みんなで

Adv. together / 大家一起 / mọi người cùng

984 □ ＋ みんな

N everyone / 大家 / mọi người

A: Tomorrow, we will go together as a class to visit a Japanese office. B: That's great. Which company? / A: 明天班级里大家要一起去参观日本的公司。 B: 真不错，是什么公司? / A: Ngày mai, mọi người trong lớp cùng đi tham quan công ty Nhật. B: Thích nhỉ. Công ty nào vậy?

361

A：明日(あした)は　ノートと　ペンと　お金(かね)を　持(も)って　きて　ください。

B：あ、あの、ゆっくり　おねがいします。

A：はい。もう　いちど　言(い)います。

985 □ ゆっくり②

Adv. slowly / 慢 / chậm rãi, chậm

986 □ もう　いちど

Adv. one more time / 再一次 / một lần nữa

A: Tomorrow, please bring a notebook, pen, and money. B: Oh. More slowly, please? A: All right. I will say it one more time. / A: 明天要带笔，笔记本和钱来。 B: 啊，那个，请说慢一点。 A: 好，我再说一次。 / A: Ngày mai các em hãy đem vở, bút và tiền đến. B: Cô ơi, vui lòng nói chậm lại. A: Được, tôi sẽ nói lại một lần nữa.

362

A：バスは　９時半(くじはん)に　出(で)ます。ですから、９時(くじ)　２０分(にじゅっぷん)までに　学校(がっこう)に　来(き)て　ください。

B：はい、わかりました。

987 ですから

Conj. so, therefore / 也就是说 / vì vậy

A: The bus leaves at 9:30. Therefore, please come to school by 9:20. B: I understand. / A: 巴士9点半会出发，也就是说9点20分前要到学校。 B: 是，知道了。 / A: Xe buýt xuất phát lúc 9 giờ rưỡi. Vì vậy, hãy đến trường trễ nhất là 9 giờ 20 phút. B: Vâng, em hiểu rồi ạ.

363

A：あの、午後(ごご)の　クラスを　休(やす)んでも　いいでしょうか。
B：え？ どう　しましたか。

988 やすむ② 休む

V1-T skip / 请假 / nghỉ

A: Um, may I skip the afternoon class? B: Really? What's the matter? / A: 请问下午的课我可以请假吗？ B: 诶？ 怎么了吗？ / A: Cô ơi, em nghỉ lớp buổi chiều được không ạ? B: Ơ? Em có chuyện gì à?

364

A：すみません、先生(せんせい)。明日(あした)、じゅぎょうに　出(で)られません。
B：そうですか。どうして　ですか。

989 でる③ 出る

V2-I attend, go to / 上 / hiện diện, tham gia, có mặt

A: Excuse me, ma'am . I won't be able to attend class tomorrow. B: Is that so? Why not? / A: 对不起老师，我不能上明天的课。 B: 这样呀。为什么呢？ / A: Xin lỗi cô, ngày mai em không thể có mặt ạ. B: Vậy à? Tại sao vậy?

365

A：この　かみを　4(よん)まい　コピーして　ください。
B：はい、4(よん)まいですね。

990 コピー[する]

N V3-T copy, copy / 复印[复印] / bản sao, phô-tô

A: Please make four copies of this sheet. B: Got it. 4 copies. / A: 这张纸，复印4张。 B: 好，4张对吧。 / A: Hãy phô-tô tờ giấy này 4 tờ cho tôi. B: Vâng, 4 tờ ạ.

🔊366

A：どこで　にほんごを　べんきょうしましたか。
B：アニメを　見(み)て、じぶんで　べんきょうしました。
A：あ、ぼくも　おなじです。

991 じぶんで
Adv. by oneself, on one's own / 自己 / tự mình

992 おなじ
ナ same / 一样 / giống

A: Where did you study Japanese? B: I watched anime, and I studied on my own. A: Oh, I'm the same. / A: 你在哪里学的日语？ B: 我看动漫，自己学的。 A: 啊，我也一样。 / A: Cậu đã học tiếng Nhật ở đâu? B: Tớ xem phim hoạt hình rồi tự mình học. A: Ồ, tớ cũng giống vậy.

🔊367

A：いつ　大学(だいがく)に　入(はい)りましたか。
B：えーと、２０２２年(にせんにじゅうにねん)の　なつに　高校(こうこう)を　出(で)て、２０２３年(にせんにじゅうさんねん)の　はるに　大学(だいがく)に　入(はい)りました。

993 はいる③　入る
V1-I enter, enroll, join / 进(考进) / vào, nhập học

994 でる④　出る
V2-I leave, graduate / 出(毕业) / rời, ra trường

A: When did you enter university? B: Well, I left high school in summer 2022, and entered university in spring 2023. / A: 什么时候进大学的？ B: 嗯…，2022年夏天出了高中，在2023年的春天进的大学。 / A: Bạn đã vào đại học khi nào? B:Ừm, tôi ra trường cấp 3 vào mùa hè năm 2022 và vào đại học mùa xuân năm 2023.

🔊368

A：日本(にほん)の せいかつは どうですか。何(なに)か もんだいは ありますか。

B：いえ、もんだいは ありません。毎日(まいにち) たのしいです。

995 せいかつ[する]

N V3-I lifestyle, live / 生活[过生活] / đời sống, sống, sinh hoạt

996 もんだい②

N problem / 问题 / vấn đề

A: How do you find living in Japan? Do you have problems with anything? B: No problems. It's fun every day. / A: 在日本的生活怎么样？ 有什么问题吗？ B: 没有，没问题。每天都很开心。 / A: Đời sống ở Nhật thế nào? Có vấn đề gì không? B: Không, không có vấn đề gì ạ. Mỗi ngày đều vui.

🔊369

A：けんとさんは ドイツごが できますか。

B：少(すこ)し できますよ。ドイツに りゅうがくしましたから。

997 ドイツ

N Germany / 德国 / Đức

998 できる

V2-I can / 会 / có thể, làm được

999 りゅうがく[する]

N V3-I study abroad, study overseas / 留学[留学] / sự du học, du học

A: Kento, can you speak German? B: I can speak a little. Because I studied abroad in Germany. / A: Kento你会德语吗？ B: 会一点。我去过德国留学。 / A: Kento nói được tiếng Đức không? B: Được một chút. Vì tôi đã du học ở Đức.

🔊370

A：あー、つかれましたね。

B：ええ。

長い(なが) 時間(じかん) べんきょうしましたから。

1000 つかれる

V2-I be tired / 累 / mệt, mệt mỏi

A: Whew, I'm tired. B: Yeah. We've spent so long studying. / A: 啊～累了。 B: 嗯，因为学习了好长一段时间。 / A: Aa, mệt nhỉ. B: Ờ, học lâu quá chừng mà.

🔊371

A：にほんごの べんきょうは どうですか。

B：はなすのが 好(す)きですから、もっと れんしゅうしたいです。

1001 もっと

Adv. more / 更多 / hơn nữa

1002 れんしゅう[する]

N V3-T practice, practice / 练习[练习] / sự luyện tập, luyện tập

A: How is your Japanese study going? B: I enjoy talking, so I want to practice more. / A: 学日语感觉怎么样? B: 我喜欢说，我想要练习更多。 / A: Việc học tiếng Nhật thế nào rồi? B: Vì tôi thích nói chuyện nên muốn luyện tập nhiều hơn nữa.

A：アンさん、今日の　しゅくだい、もう　おわりましたか。
B：いえ、まだです。これから　します。
A：いっしょに　しても　いいですか。
B：はい、もちろんです。

1003 おわる

V1-I finish / 完 / kết thúc, làm xong

1004 これから

Adv. after this, from now on / 现在开始 / từ bây giờ

1005 もちろん

Adv. of course / 当然 / đương nhiên

A: Anne, have you finished today's homework yet? B: No, not yet. I'm going to do it after this. A: Is it okay if we do it together? B: Yes, of course. / A: Anne，今天的作业做完了吗？ B: 不，还没。现在开始做。 A: 那我可以跟你一起吗？ B: 嗯，当然可以。 / A: An làm bài tập hôm nay xong chưa? B: Chưa, chưa xong. Bây giờ mới bắt đầu làm. A: Mình làm chung được không? B: Đương nhiên rồi.

373

しゅくだい　　　　　　　　　　　　　　名前（　アン　　　）

休みの　日に　あなたは　何を　しましたか。書いて　ください。

　私の　町の　ちかくに、しろゆき山や　東山など、小さい山が　たくさん　あります。インターネットで　東山の　しゃしんを　見ました。はるの　花が　きれいでした。そして、みちも　とても　きれいでした。だから、ぜひ　東山に　のぼりたいと　おもいました。

　土曜日、さくらさんと　東山に　行きました。山で　しゃしんを　とったり、コーヒーを　飲んだりして、たのしかったです。ゆうがた　４時ごろ、駅に　行きました。しかし、電車は　止まって　いました。えきで　１時間　まちましたが、電車は　来ませんでしたから、バスていまで　３０分　あるいて、バスに乗って　帰りました。たいへん　つかれましたから、うちに帰って　すぐ　ねました。

1006 あなた

N you / 你 / bạn, người đối diện

1007 ～など

Suf. ~ and so on, ~ etc. / ～等等 / ~ v.v.

1008 そして

Conj. and / 然后 / và rồi

1009 だから

Conj. that's why / 所以 / vì vậy

1010 しかし

Conj. however / 但是 / nhưng

1011 たいへん

Adv. incredibly / 很(非常) / rất, cực kỳ

Homework

Name (Anne)

What did you do on your day off? Please write it here.

There are many smaller mountains near my town, such as Mt. Shiroyuki, Mt. Higashiyama, and so on. I had seen pictures of Mt. Higashiyama online. The flowers in spring looked so beautiful. And the paths looked really pretty too. That's why I definitely wanted to hike up Mt. Higashiyama.

On Saturday, I went to Mt. Higashiyama with Sakura. On the mountain, we took pictures and drank coffee. It was fun. Around 4 P.M., we went back to the station. However, the trains had stopped. We waited an hour at the station, but the train never came, so we had to walk 30 minutes to the bus stop to catch the bus home. I was so incredibly tired that as soon as I got home, I fell asleep.

作业

姓名（Anne）

请写出放假时你都在做什么

在我住的城市附近，有很多小山。像是白雪山和东山等等。我在网上看了东山的照片。春天时花很美。然后道路也很干净。所以我真的很想爬一次东山。

星期六，我和Sakura去了东山。在山上拍照，喝咖啡，真的很开心。黄昏4点左右我去了车站。但是电车停了。我在车站等了1个小时电车都没有来，我走了30分钟到公交站，搭公交车回家。因为很累，一回到家就马上睡了。

Bài tập

Tên: (An)

Ngày nghỉ bạn đã làm gì? Hãy viết ra.

Ở gần thị trấn của tôi có rất nhiều núi nhỏ như núi Shiroyuki, núi Higashi v.v. Tôi đã xem hình núi Higashi trên mạng. Hoa mùa xuân rất đẹp. Và đường đi cũng rất đẹp. Vì vậy, tôi muốn nhất định leo núi Higashi.

Thứ Bảy, tôi đã đi đến núi Higashi với Sakura. Chúng tôi đã chụp hình, uống cà phê trên núi, rất vui. Khoảng 4 giờ chiều, chúng tôi đã đi đến nhà ga. Nhưng tàu điện đã ngừng chạy. Chúng tôi đã chờ ở nhà ga 1 tiếng nhưng tàu điện không đến nên đi bộ 30 phút đến trạm xe buýt và đi xe buýt để về. Vì rất mệt nên về nhà tôi đã đi ngủ ngay.

こ・そ・あ

これ	それ	あれ	どれ
この～	その～	あの～	どの～
ここ	そこ	あそこ	どこ
こちら	そちら	あちら	どちら
こっち	そっち	あっち	どっち

疑問詞(ぎもんし)

Interrogatives / 疑问词 / Nghi vấn từ

- 何(なに／なん)
- いつ
- どこ(どちら)
- だれ(どなた)
- どう(いかが)
- いくら
- いくつ
- どんな
- どれ
- どちら(どっち)
- どの
- どのくらい／どのぐらい
- どうやって
- どうして(なぜ)

なに

何(なに)を　食(た)べますか。
何(なに)が　好(す)きですか。
何色(なにいろ)ですか。

なん

何(なん)ですか。
何(なん)の　本(ほん)ですか。
何月何日(なんがつなんにち)ですか。
何曜日(なんようび)ですか。
何人(なんにん)ですか。
何本(なんぼん)ですか。

動詞の活用表

どうし　かつようひょう

Verb conjugations / 动词应用表 / Bảng chia động từ

I グループ

Dictionary form	ますform	ないform	てform
すう	すいます	すわない	すって
かう	かいます	かわない	かって
あらう	あらいます	あらわない	あらって
うたう	うたいます	うたわない	うたって
あう	あいます	あわない	あって
てつだう	てつだいます	てつだわない	てつだって
ならう	ならいます	ならわない	ならって
もらう	もらいます	もらわない	もらって
つかう	つかいます	つかわない	つかって
はらう	はらいます	はらわない	はらって
いう	いいます	いわない	いって
おもう	おもいます	おもわない	おもって
ちがう	ちがいます	ちがわない	ちがって
まつ	まちます	またない	まって
たつ	たちます	たたない	たって
もつ	もちます	もたない	もって
ある	あります	ない*	あって
なる	なります	ならない	なって
すわる	すわります	すわらない	すわって
はじまる	はじまります	はじまらない	はじまって
あがる	あがります	あがらない	あがって
とまる	とまります	とまらない	とまって
まがる	まがります	まがらない	まがって

Dictionary form	ますform	ないform	てform
わたる	わたります	わたらない	わたって
かかる	かかります	かからない	かかって
わかる	わかります	わからない	わかって
おわる	おわります	おわらない	おわって
こまる	こまります	こまらない	こまって
つくる	つくります	つくらない	つくって
おくる	おくります	おくらない	おくって
かぶる	かぶります	かぶらない	かぶって
うる	うります	うらない	うって
ふる	ふります	ふらない	ふって
のぼる	のぼります	のぼらない	のぼって
とる	とります	とらない	とって
のる	のります	のらない	のって
はいる	はいります	はいらない	はいって
はしる	はしります	はしらない	はしって
いる(need)	いります	いらない	いって
きる(cut)	きります	きらない	きって
しる	しります	しらない	しって
かえる	かえります	かえらない	かえって
のむ	のみます	のまない	のんで
よむ	よみます	よまない	よんで
やすむ	やすみます	やすまない	やすんで
すむ	すみます	すまない	すんで
あそぶ	あそびます	あそばない	あそんで
とぶ	とびます	とばない	とんで
よぶ	よびます	よばない	よんで

Dictionary form	ますform	ないform	てform
いく	いきます	いかない	いって*
かく	かきます	かかない	かいて
きく	ききます	きかない	きいて
あるく	あるきます	あるかない	あるいて
ひく(play)	ひきます	ひかない	ひいて
はたらく	はたらきます	はたらかない	はたらいて
はく	はきます	はかない	はいて
あく	あきます	あかない	あいて
つく(arrive)	つきます	つかない	ついて
わく	わきます	わかない	わいて
ふく	ふきます	ふかない	ふいて
およぐ	およぎます	およがない	およいで
ぬぐ	ぬぎます	ぬがない	ぬいで
いそぐ	いそぎます	いそがない	いそいで
はなす	はなします	はなさない	はなして
かえす	かえします	かえさない	かえして
かす	かします	かさない	かして
わたす	わたします	わたさない	わたして
おす	おします	おさない	おして
けす	けします	けさない	けして
だす	だします	ださない	だして

2グループ

Dictionary form	ますform	ないform	てform
いる(be)	います	いない	いて
おきる	おきます	おきない	おきて

Dictionary form	ますform	ないform	てform
みる	みます	みない	みて
あびる	あびます	あびない	あびて
かりる	かります	かりない	かりて
きる(wear)	きます	きない	きて
おりる	おります	おりない	おりて
できる	できます	できない	できて
たべる	たべます	たべない	たべて
ねる	ねます	ねない	ねて
でかける	でかけます	でかけない	でかけて
あげる	あげます	あげない	あげて
おしえる	おしえます	おしえない	おしえて
かける	かけます	かけない	かけて
くれる	くれます	くれない	くれて
みせる	みせる	みせない	みせて
いれる	いれます	いれない	いれて
でる	でます	でない	でて
つとめる	つとめます	つとめない	つとめて
あける	あけます	あけない	あけて
しめる	しめます	しめない	しめて
つける	つけます	つけない	つけて
ならべる	ならべます	ならべない	ならべて
とめる	とめます	とめない	とめて
のりかえる	のりかえます	のりかえない	のりかえて
おぼえる	おぼえます	おぼえない	おぼえて
はじめる	はじめます	はじめない	はじめて
つかれる	つかれます	つかれない	つかれて

Dictionary form	ますform	ないform	てform
まちがえる	まちがえます	まちがえない	まちがえて
わすれる	わすれます	わすれない	わすれて

3グループ

Dictionary form	ますform	ないform	てform
する	します	しない	して
くる	きます	こない	きて

地名・国名

ち めい　こく めい

Place & country names / 地名・国名 / Địa danh, Tên nước

ほっかいどう	Hokkaido
みやぎけん	Miyagi prefecture
とうきょうと	Tokyo metropolis
かながわけん	Kanagawa prefecture
ながのけん	Nagano prefecture
あいちけん	Aichi prefecture
きょうとふ	Kyoto Prefecture
おおさかふ	Osaka prefecture
ならけん	Nara prefecture
ひろしまけん	Hiroshima prefecture
ふくおかけん	Fukuoka prefecture
おきなわけん	Okinawa prefecture

さっぽろし	Sapporo city
せんだいし	Sendai city
よこはまし	Yokohama city
なごやし	Nagoya city
こうべし	Kobe city

アジア	Asia
アフリカ	Africa
ヨーロッパ	Europe
アメリカ	America
イギリス	United Kingdom
イタリア	Italy
インド	India
インドネシア	Indonesia
オーストラリア	Australia
カナダ	Canada
かんこく	Korea
スイス	Switzerland
スウェーデン	Sweden
タイ	Thailand
たいわん	Taiwan
中国(ちゅうごく)	China
ドイツ	Germany
ナイジェリア	Nigeria
ニュージーランド	New Zealand
日本(にほん)	Japan
フィリピン	Philippines
ブラジル	Brazil
フランス	France
ベトナム	Vietnam
マレーシア	Malaysia
ロシア	Russia

助数詞

Counter suffixes / 量词 / Từ chỉ số đếm

助数詞が [h][k][s] の音ではじまる場合、助数詞と数詞の音が変化することがあります。

	飲み物 Drinks (glasses or cups) / 杯子的饮料 / Đồ uống trong ly và tách	動物 Animals / 动物 / Động vật 犬、ねこ など	細長いもの Long, thin objects / 细长物品 / Vật thon dài えんぴつ、バナナ など
	～はい	～ひき	～本
1	**いっぱい**	**いっぴき**	**いっぽん**
2	にはい	にひき	にほん
3	さん**ばい**	さん**びき**	さん**ぼん**
4	よんはい	よんひき	よんほん
5	ごはい	ごひき	ごほん
6	**ろっぱい**	**ろっぴき**	**ろっぽん**
7	ななはい	ななひき	ななほん
8	**はっぱい**	**はっぴき**	**はっぽん**
9	きゅうはい	きゅうひき	きゅうほん
10	**じゅっぱい**	**じゅっぴき**	**じゅっぽん**
?	なん**ばい**	なん**びき**	なん**ぼん**

If the counter suffix begins with an h, k, or s sound, the pronunciation of the counter suffix or numeral may change. / 量词如果是“h”“k”“s”开头的音，量词和数词的读法有可能产生变化。 / Từ chỉ số đếm nếu bắt đầu bằng các âm [h], [k], [s] thì có khi âm của từ chỉ số đếm và lượng từ bị biến đổi.

ページ Pages / 页 / Trang sách	回数(かいすう) Number of times / 次数 / Số lần	階数(かいすう) Building floors / 楼层 / Số tầng
～ページ	～回(かい)	～かい
いちページ	**いっ**かい	いっかい
にページ	にかい	にかい
さんページ	さんかい	さんかい／さん**がい**
よんページ	よんかい	よんかい
ごページ	ごかい	ごかい
ろくページ	**ろっ**かい	ろっかい
ななページ	ななかい	ななかい
はちページ	**はっ**かい	はちかい／**はっ**かい
きゅうページ	きゅうかい	きゅうかい
じゅっページ	**じゅっ**かい	じゅっかい
なんページ	なんかい	なんかい／なん**がい**

	小さいもの Small objects / 小物品 / Vật nhỏ たまご、りんご など	年齢 Ages / 年龄 / Tuổi	冊数 Books / 书本 / Số quyển 本、ノート、きょうかしょ など	乗り物や機械 Vehicles & machines / 交通工具或机器 / Phương tiện giao thông và máy móc 車、じてんしゃ、パソコン など
	～こ	～さい	～さつ	～だい
1	**いっ**こ	**いっ**さい	**いっ**さつ	いちだい
2	にこ	にさい	にさつ	にだい
3	さんこ	さんさい	さんさつ	さんだい
4	よんこ	よんさい	よんさつ	よんだい
5	ごご	ごさい	ごさつ	ごだい
6	**ろっ**こ	ろくさい	ろくさつ	ろくだい
7	ななこ	ななさい	ななさつ	ななだい
8	**はっ**こ	**はっ**さい	**はっ**さつ	はちだい
9	きゅうこ	きゅうさい	きゅうさつ	きゅうだい
10	**じゅっ**こ	**じゅっ**さい	**じゅっ**さつ	じゅうだい
?	なんこ	なんさい	なんさつ	なんだい

温度、体温 おんど たいおん Temperature / 温度, 体温 / Nhiệt độ, thân nhiệt	番号 ばんごう Numbers / 号码 / Số	薄いもの うす Flat, thin objects / 薄的物品 / Vật mỏng かみ(paper)、おさら、シャツなど	メートル Meters / 米(距离) / Mét
～ど	～ばん	～まい	～メートル
いちど	いちばん	いちまい	いちメートル
にど	にばん	にまい	にメートル
さんど	さんばん	さんまい	さんメートル
よんど	よんばん	よんまい	よんメートル
ごど	ごばん	ごまい	ごメートル
ろくど	ろくばん	ろくまい	ろくメートル
ななど	ななばん	ななまい	ななメートル
はちど	はちばん	はちまい	はちメートル
きゅうど／くど	きゅうばん	きゅうまい	きゅうメートル
じゅうど	じゅうばん	じゅうまい	じゅうメートル
なんど	なんばん	なんまい	なんメートル

	～分(ふん)	～日(にち)	～週間(しゅうかん)	～か月(げつ)	～年(ねん)
1	**いっぷん**	いちにち	**いっ**しゅうかん	**いっ**かげつ	いちねん
2	にふん	**ふつか**	にしゅうかん	にかげつ	にねん
3	さん**ぷん**／さんふん	**みっか**	さんしゅうかん	さんかげつ	さんねん
4	よん**ぷん**／よんふん	**よっか**	よんしゅうかん	よんかげつ	**よ**ねん
5	ごふん	**いつか**	ごしゅうかん	ごかげつ	ごねん
6	**ろっぷん**	**むいか**	ろくしゅうかん	**ろっ**かげつ	ろくねん
7	ななふん	**なのか**	ななしゅうかん	ななかげつ	ななねん
8	**はっぷん**／はちふん	**ようか**	**はっ**しゅうかん	**はっ**かげつ	はちねん
9	きゅうふん	**ここのか**	きゅうしゅうかん	きゅうかげつ	きゅうねん
10	**じゅっぷん**	**とおか**	**じゅっ**しゅうかん	**じゅっ**かげつ	じゅうねん
?	なん**ぷん**／なんふん	なんにち	なんしゅうかん	なんかげつ	なんねん

索引（さくいん）

Index / 索引 / Mục lục tra cứu

著者 ●林 富美子（はやし ふみこ）

明治大学国際日本学部兼任講師、東京大学グローバル教育センター日本語部門非常勤講師。著書に『にほんご活用マスター』（アスク出版）、『BASIC KANJI WORKBOOK 使って、身につく！漢字×語彙２』（凡人社）、『日本語能力試験完全模試 N1』（J リサーチ出版）などがある。